कागदी बाण

'दिलीपराज प्रकाशन प्रा. लि.'च्या नवीन पुस्तकांची यादी व माहिती हवी असल्यास आपला पत्ता, दूरध्वनी क्रमांक किंवा Email आमच्या diliprajprakashan@yahoo.in या Email address वर पाठवावा किंवा आमच्याशी दूरध्वनी क्रमांक फॅक्ससहित : ०२०-२४४८३९९५/ २४४९५३१४/ २४४७१७२३ यावर संपर्क साधावा. आमच्या वेबसाईटला एकदा अवश्य भेट द्या.

Website: *www.diliprajprakashan.com*

कागदी बाण

सुभाष भेण्डे

दिलीपराज प्रकाशन प्रा. लि.
२५१ क, शनिवार पेठ, पुणे - ४११ ०३०.

प्रकाशक
राजीव दत्तात्रय बर्वे,
मॅनेजिंग डायरेक्टर,
दिलीपराज प्रकाशन प्रा. लि.,
२५१ क, शनिवार पेठ,
पुणे - ४११ ०३०

प्रकाशन दिनांक : १५ जुलै २०११

प्रकाशन क्रमांक : १८६३

ISBN : 978-81-7294-867-2

मुद्रक
रेप्रो नॉलेज कास्ट लिमिटेड, ठाणे

टाईपसेटिंग
पितृछाया मुद्रणालय,
९०९, रविवार पेठ, पुणे - ४११ ००२

मुखपृष्ठ
ज्ञानेश सोनार

कागदी बाण / Kagadi Ban

 ती. बाबांना –

अनुक्रम

१. आमच्या ताईचा मित्र

मोठी माणसं अशी का वागतात, हे खरोखरच माझ्यासारख्या लहान मुलांना समजत नाही. वास्तविक, बापालालचा माझ्यावर एवढा जीव; पण परवा भेटला तेव्हा माझ्याशी भलताच विचित्र वागला - एखाद्या डॅमफूलसारखा! म्हणजे ही काय वागण्याची रीत झाली? तसं मी ताईला सांगितलं, तेव्हा ती नुसती हसली नि वर मला म्हणाली कशी, ''तुला इतक्यात समजायचं नाही. तू अजून बच्चा आहेस रघ्या!'' म्हंजे बघा! शेवटी मीच बच्चा!

खरं पाहिलं तर बापालाल हा ताईचा मित्र. तिच्यामुळंच तर माझी त्याच्याशी ओळख झाली. आमची ताई मॅट्रिक पास झाली. आमच्या ताईचा अभ्यासात उजेड! मॅट्रिकला तीन वेळा गचकली. अखेर कधी नव्हे ती मॅट्रिक पास झाली, तेव्हा बाबा वैतागून म्हणाले, ''काही नको तिला कॉलेज- अन् फिलेज! मुलीच्या जातीला काय करायचंय कॉलेज!'' आमच्या ताईला काय, बरंच वाटलं. कुठं कटकट करा अभ्यासाची! मग काय विचारता? ती आणि आरसा— दोघांची चांगलीच गट्टी जमली. तासन् तास नट्टापट्टा. वेळ उरल्यास ती कसली तरी मासिकं वाचायची. मी तिच्या खोलीत गेलो की, गडबडीनं मासिकं उशीखाली दडवून

ठेवायची. पण हा पठ्ठ्या तसा डरतोय होय? ती एकदा बाहेर गेली तेव्हा मी ती मासिकं काढून पाहिली. चांगली सात-आठ तरी होती. त्या मासिकांत काहीच्या बाहीच चित्रं होती. आजवर मी कधीच पाहिली नव्हती तसली चित्रं. मला मज्जा वाटली आणि थोडीशी लाजही वाटली, बरं का! अन्त्या म्हणाला, त्याच्या थोरल्या भावाच्या उशीखाली तसलीच मासिकं असतात! म्हंजे कमाल आहे बुवा! घरात एवढी कपाटं असताना उशीखाली कशाला ठेवायची मासिकं? येडपटच आहेत!

आमच्या शेजारी ठोसर वकिलीणबाई राहते. तिचा नवरा वकील आहे. मास्तराची बायको मास्तरीण, तसा वकिलीणीचा नवरा वकील. ती लठ्ठंभारती आहे. तिला आमची आई जगदंबा म्हणते. ती जिना उतरू लागली की, सारी चाळ हादरते. तिच्या घरी रोज बऱ्याच बायका जमतात. त्यांनी कसलं तरी मंडळ सुरू केलंय म्हणे! त्यांच्याकडे येणाऱ्या साऱ्या बायका त्यांच्यासारख्या ढब्ब्या आहेत. आई त्यांना 'साळकाया-म्हाळकाया' म्हणते. मागल्या वर्षी त्यांनी माडीवर फुगड्यांच्या चढाओढी घेतल्या, तेव्हा खाली राहणाऱ्या सोमणांच्या घराची भिंत कोसळली होती. तर, त्या मंडळानं बाजारात एक दुकान उघडलं होतं. मेतकूट, मसाले, पापड, लोणची विकायला. ठोसरबाईंनी आमच्या ताईला विचारलं की, "त्या दुकानात संध्याकाळी चार ते सात काम करशील का?" पैशाचा हिशेब ठेवायचं काम होतं. बाबा म्हणाले, "कशाला हवी तुला नोकरी अन् फिकरी?" आई म्हणाली, "घरी रिकामीच बसते; मग तिकडे तरी जाऊ द्या! रिकाम्या डोक्यात सैतान –'

मला डाऊट आला. आई त्या मासिकांना तर सैतान म्हणाली नसेल ना? मी ताईला तसं विचारायचं ठरवलं. पण अन्त्या म्हणाला, 'न विचारण्यात शहाणपणा आहे.' त्याच्या सुजलेल्या तोंडाकडे पाहून मी ताईला विचारायच्या भानगडीत पडलो नाही. आणखी एक भीती होती. ताई ती मासिकं लपवून ठेवील आणि मधूनमधून हळूच ती पाहायची आपली मजा संपून जाईल!

ताई काम करायची ते दुकान बाजारात एका बाजूला होतं. छोटं होतं, पण होतं छान! मी दुकानात गेलो की गंमत यायची. तिथं निरनिराळ्या आकाराच्या बरण्या होत्या. त्या बरण्यांत मेतकूट, मसाले, साबुदाण्याचा

आणि बटाट्याचा चिवडा असे प्रकार होते. मला खूप मजा वाटायची तिथं जायला. वाटायचं की शाळेत जाऊ नये; दुकानात नोकरी धरावी. खूप पैसे आणि खूप खायला! काहीतरी निमित्त काढून मी दर दोन-तीन दिवसांनी ताईच्या दुकानात जायचो. ताईकडून चिवडा मागून घ्यायचो. बटाट्याच्या चकत्यांचा कुरकुरीत चिवडा मला इतका आवडायचा, इतका आवडायचा की, की फारच आवडायचा! मी अख्खी बरणी संपवायला तयार होतो, पण मी दुकानात गेलो की ताई दुकानातून पाच मिनिटंही हलायला तयार नसायची. कधी कधी ती फार कामात असायची. मी बराच वेळ दुकानात रेंगाळायचो. बरणीला कुरवाळायचो. म्हणायचो, "ताई! ए ताई!–"

"काय रे? कशाला त्रास देतोयस? पळ बघू घरी! मी कामात आहे, दिसत नाही का?" ताई खेकसायची.

"हा चिवडा केव्हा केला आहे गं? ताजा आहे?"

"हो. आज सकाळीच केलाय. अगदी ताजा आहे." ताई मख्खपणे म्हणायची, पण धाकट्या भावाला नमुना दाखवायचं नाव नाही!

"आमच्या वर्गात आपटे आहे ना-"

"हो!"

"त्याच्या आईनं चिवड्याचा नमुना पाहायला मागितलाय. ती मोठी ऑर्डर देणार आहे म्हणे! दहा-बारा छटाकांची. म्हणशील तर अर्ध्या रत्तलाची देखील-"

"पळ बघू इथनं! चोंबडा कुठला! त्या आपटीणबाईंना सांग, नमुना पाहायला इथंच या! तुझ्या हातनं नमुना पाठवला तर तो त्यांच्यापर्यंत पोचायचा नाही!" धाकट्या भावावर का विश्वास ठेवू नये? आणि मी म्हणतो, खाल्ला त्यानं थोडासा चिवडा; काय बिघडलं त्यात? तिच्या पदरचं थोडंच खातोय? अन्त्या मला रोज नव्या पेन्सिलची ऐट दाखवतो. ते सगळं त्याचा थोरला भाऊ ऑफिसातनंच आणीत नाही का? आमचे बाबा तर चक्क ऑफिसातल्या फायली दहा-दहा आण्यांना विकून टाकतात! पण आमची ताई मोठी आलीय धर्माचा की कर्णाचा अवतार!

एकदा काय झालं, मी ताईच्या दुकानात गेलो तेव्हा ताई एका मस्त

कपडे घातलेल्या माणसाशी गप्पा मारीत उभी होती. त्याच्या अंगाला अत्तराचा वास येत होता. चिवड्याच्या वासापेक्षाही खमंग, बरं का! तो ताईला सांगत होता, ''चांगलं पिक्चर हाय. मी पास देतो. हे पिक्चर बम्बईमंदी पन्नास आठवडा च्यालला!''

''नको! उगीच तुम्हाला त्रास कशाला?'' ताई म्हणत होती.

''मला तकलीफ बिलकुल नाय. मी ते कंपणीचा एजंट हाय. कुनालाबी कितनाबी पास देऊ सकतो.''

आता ते खरं की, तो ऐटबाज माणूस मराठी चांगलं बोलत नव्हता; पण म्हणून त्याच्याकडून पास घ्यायला काय हरकत होती? पण आमची ताई म्हणजे एक नंबरची चक्कर! सिनेमाला जायचं असलं की घरी एवढा आरडाओरडा करते! बाबा 'नको' म्हणाले तरी, हळूच आईला सांगून चोरून जाते आणि हा गृहस्थ चक्क फुकट पास देतोय तर 'न्यक्यो!' रडा म्हणावं!

मला राहवलं नाही. मीच ओरडलो, ''ए तायडे, तुला जायचं नाही तर नको जाऊस; मीच जाईन सिनेमाला! अहो सिनेमावाले, आम्हाला द्या हो पास!''

ताईनं डोळे वटारले. मी तिच्याकडे दुर्लक्ष केलं. तो गृहस्थ हसत म्हणाला, ''भाऊ काय तुमचा? अकलमंद हाय!''

मी चिडलो. ''अकलमंद कुणाला म्हणता?''

''ओय...ओय! रागावू नको! रागावू नको! हिंदीत अकलमंद म्हणजे म्हराटीत बहुत अक्कल असलेला! एवढा हिंदी सिनेमा पाहते, मालूम नाय?'' आणि त्यानं आम्हा दोघांसाठी एक पास लिहून दिला.

त्याचं नाव बापालाल तेजानी. तो सिंधी होता म्हणे! मसाला, मेतकूट विकत घ्यायला दुकानात यायचा, म्हणून तो ताईचा फ्रेंड झाला. त्या दिवशी मी आणि ताई सिनेमाला गेलो. सुरुवातीला नाच आणि गाणी होती. शेवटला हीऽ मारामारी! आगगाडीच्या टपावरसुद्धा आणि मग मोटारीचा पाठलाग. काय बेफाम मोटारी धावतात. शेवटी व्हिलन डाइड होतो. मस्त होता सिनेमा!

चार दिवसांनी बापालालभय्या ताईच्या दुकानात पुन्हा भेटला. मी त्याला विचारलं, ''काय हो सिनेमावाले, सध्या कोणते पिक्चर चाललंय?''

''पिक्चर? त्ये आपलं किशोरकुमारचं--''

''हाणामारी आहे का?''

''हाय ना!''

''आणि मोटारींचा पाठलाग?''

''मोटारींचाच नाय, तर विमानातनंसुद्धा मारामारी हाय!''

''गुड्! मग आम्हाला पास देणार असालच!''

''अरे! येक का, धा दीन की!''

दुसऱ्या दिवशी आम्ही पुन्हा सिनेमाला गेलो. इंटरव्हलला मी फुटाणे आणायला बाहेर गेलो; पण नंतर आत आलो, तर ताई नाही! मी पुन्हा बाहेर गेलो—तर ताई सिनेमा-मॅनेजरच्या ऑफिसात काडीनं ऑरेंज पीत बसली होती. बापालालही तिथं होता. मीसुद्धा तिथं जाऊन ऑरेंज प्यायलो. बापालालनं मला कॅडबरी चॉकलेट्स घेऊन दिली. मी ताईला सांगितलं, ''बापालाल मस्त माणूस आहे, बरं का!'' ताई हसून 'हो ना' म्हणाली. बऱ्याच दिवसांनी आम्हा दोघाचं एका विषयावर एकमत झालं.

पुढल्या रविवारी ताई पास घेऊन आली तेव्हा बाबा म्हणाले, ''हे रोज पास घेऊन येणं बरं नाही दिसत!''

''मी नको म्हटलं तरी ते सिनेमा कंपनीचे एजंट पास देतात. म्हणतात, मला काही पैसे पडत नाहीत. वाटेल तेवढे पास मिळतात कंपनीकडून!'' ताईने खुलासा केला.

''त्याचं नाव काय?'' बाबांनी विचारलं.

''बापालाल तेजानी. सिंधी आहेत ते.'' ताईनं सांगितलं.

''केवढासा आहे?''

''असेल तिशीतला.''

''लग्नबिग्न झालंय का?''

''मी कशाला विचारत्येय? झालं असेल. म्हणून तर नेत असतील मेतकूट आणि पापड!''

त्यानंतर बापालाल दुकानात पुन्हा भेटला तेव्हा ताई कामात होती, म्हणून मीच त्याला विचारलं, "काय हो, तुमचं लग्न झालंय कय?"

"का?" त्यानं हसून विचारलं.

"आमचे बाबा ताईला विचारीत होते."

"खरा? मग ताई काय बोलली?"

"ती म्हणाली, माहीत नाही. पण पापड, मेतकूट नेतात, तेव्हा झालं असेल!"

"नाय नाय! पापड, मेतकूट तर मी माझ्या भाभीसाठी घेतो. माझी शादी न्हाय झाली अजून."

"असं होय? मग बाबांना तसं सांगितलं पाहिजे!"

"बाबांना कशाला? ताईला शांग ना!" तो डोळे मिचकावीत म्हणाला. वास्तविक, त्यानं डोळे मिचकवायची काही गरज नव्हती. ते मिचकावले नसते तरी मी ताईला सांगितलं असतंच की!

तो गेल्यावर मी ताईला ते सांगितलं, तेव्हा ती म्हणाली, "असं का? मला वाटलं—मला वाटलं—"

"काय वाटलं?" मी उत्सुकतेनं विचारलं.

"काही नाही!" ताई मानेला हिसडा देत उत्तरली.

ताईच्या बोलण्याला शेंडा ना बुडखा! मी तिचा नाद सोडून दिला आणि चिवड्याच्या बरणीकडे वळलो. अलीकडे ताईपेक्षा मला तीच अधिक आवडायची!

पुढल्या दोन-तीन महिन्यात आम्ही चिक्कार सिनेमे पाहिले. एवढे सिनेमे मी दोन-तीन वर्षांतदेखील पाह्यले नव्हते! कधी कधी मी आणि ताई चोरून जायचो घरी न सांगता. ताई म्हणायची, 'आई-बाबांना सांगू नकोस हं! तुला चिवडा देईन दोन मुठी,' माझं तरी काय नडलंय! चिवडा, सिनेमा आणि थेटरात आइस्क्रीम; मग मी कशाला सांगतोय घरी? बापालाल थेटरात भेटला की, आम्हाला हॉटेलात घेऊन जायचा. आइस्क्रीम द्यायचा—-मस्त बटाटेवडा घेऊन द्यायचा! माझ्याशी तो फारसा बोलायचा नाही. ताईशी मात्र सारखा गप्पा मारायचा. एवढं काय बोलायचा, देव जाणे!

एकदा ताईला त्यानं मस्तपैकी साडी दिली. ताईनं मला सांगितलं, ''आईबाबांना सांगायचं नाही हं, त्यांनी दिलीय म्हणून!'' एकंदरीत, ताई खूप गोष्टी लपवायला लागली. हल्ली ती एकसारखी उशाखालची मासिकं वाचायची— हळूच, लपवून.

एकदा आम्ही दोघं बापालालच्या घरी गेलो. त्याची खोली काय मस्त होती म्हणता! सिनेमात असते ना, अगदी तश्शी! फोटो काय, फुलं काय... बसायला मऊमऊ सोफा नि त्यावर मऊमऊ गुलगुलीत उशा! साऱ्या खोलीभर इतका सुरेख वास सुटला होता— बापालालजवळ उभं राहिल्यावर यायचा तसला वास! खोलीत कॉट होती व तिच्यावर शुभ्र जाळीदार मच्छरदाणी होती. ताई तर पाहतच राहिली सारं. मला तिथनं हलावंसं वाटेना. असल्या खोलीत अभ्यास केला, तर मला उत्तम मार्क्स पडतील, वर ढकलावं लागणार नाही. पण बाबांना हे केव्हा कळणार? बापालालनं स्वत: काढलेली चित्रं तिथं होती. त्याचं ड्रॉइंग छान होतं. ड्रॉइंगमध्ये तो हायेस्ट येत असेल यात मला डाऊट नाही!

बापालाल ताईला म्हणाला, ''मला तुमचा चित्र काढायचा हाय!''

''इश्श! माझं चित्र कशाला? तुम्ही सिनेमातले... सगळ्या नट्या तुमच्या ओळखीच्या असतील की! त्यांची चित्रं काढा!''

बापालाल खो-खो करून हसला. म्हणाला, ''त्ये सारी नट्या झक् मारते तुमच्यापुढं! झूट न्हाय सांगत! तुमी तयार असेल तर आता हिरोईनचा चान्स मिळेल तुमाला!''

''छे:! मला नाही बाई सिनेमात जायचं! शिवाय बाबा घरातून हाकलून देतील मला!...'' ताई म्हणाली ते बरोबरच होतं!

''छ्या छ्या! तुमी सिनेमात या, असं न्हाय म्हणत मी—आपला एक सांगितला!'' बापालाल म्हणाला.

त्यानंतर आम्ही दोन-चारदा बापालालकडे गेलो आणि त्यानं ताईचं सुरेख चित्र काढलं. ताईनं सांगितलं, ''ते वर कुठं लावू नका हं! आत ठेवून द्या.'' बापालाल 'ठावं हाय-ठावं हाय' म्हणाला; तेव्हा का कोण जाणे, ताई लालीलाल होऊन गेली. त्या दिवशी बापालालनं मला भरपूर मिठाई घेऊन

दिली. आइस्क्रीम तर इतकं खाल्लं की, माझ्या अंगाला आइस्क्रीमचा वास यायला लागला! बापालालवर मी खूष झालो. अगदी ए-वन माणूस आहे!

तेवढ्यात माझी परीक्षा जवळ आली. ती अशीच नको त्या वेळी येते! बाबा माझा अभ्यास घेऊ लागले, तेव्हा पुस्तकात डोकं खुपसण्यावाचून मला गत्यंतर नव्हतं. माझी परीक्षा उद्यावर आली, तेव्हा ताईला पाहायला मुंबईहून पाहुणे आले. नवरामुलगा चष्मिस्ट होता. त्याच्या अंगाला कसलाच वास येत नव्हता. त्याचे कपडे अगदी साधे होते. मला तो एकदम टाकाऊ वाटला. तो प्रोफेसर आहे, हे कळल्यानंतर तर तो माझ्या मनातून साफ उतरला. "काय रे, तुझं नाव काय?" हे त्यानं इतक्या रागीट आवाजात मला विचारलं, की खरोखर त्याला माझं नाव विचारायचं होतं की नाही याचा मला डाऊट आला. हा ताईचा नवरा झाला तर माझं आणि त्याचं कितपत जुळेल याची मला काळजी वाटू लागली. त्यापेक्षा बापालाल हजारपटीनं बरा. जन्मभर सिनेमाची आणि खाण्यापिण्याची चंगळ! मी आईला म्हटलंसुद्धा, "आई, हा प्रोफेसर मला तितकासा आवडला नाही!"

"का रे? त्याच्यात काय वाईट वाटलं तुला?"

"मला अगदी बंडल वाटला तो!"

"हे बघ, अरे-तुरे करू नकोस त्यांना! ते तुझे भावोजी होणार आहेत यापुढं!"

"ए आई, बापालाल माझे भावोजी झाले असते तर किती मज्जा आली असती; नाही?"

"कोण बापालाल? तो सिंधी सिनेमावाला? हात मेल्या! जळ्ळं तुझं लक्षण!" आई मांजरीसारखी फिस्कारली. झुरळ झटकावं तसं तिनं मला उडवून लावलं.

लग्न ठरलं आणि ताई दुकानात जाईनाशी झाली.

बापालालकडे लग्नपत्रिका देण्याचं काम माझ्याकडे आलं. मी आनंदानं त्या कामाला तयार झालो. बरेच दिवस झाले, मला सिनेमाचा पास मिळाला नव्हता. शिवाय त्याच्या घरी गेल्यानंतर खाणंपिणं बक्कळ!

मी पत्रिका घेऊन त्याच्या घरी गेलो, तेव्हा बापालाल आपल्या

खोलीत आरामात बसला होता. त्याच्या खोलीतला तो मस्त वास हुंगत मी आत शिरलो. मला पाहताच त्याला आनंद झाला. तो म्हणाला, ''अरे! किती दिवसांनंतर भेटते? एवढा दिवस कुठं गेला होता? तुझी बहेन भी न्हाय दिसली दुकानात?''

''मी म्हटलं, ''एक मज्जा आहे! नंतर सांगतो. आधी हे सांग, पास मिळतील की नाही आता? दुर्गा टॉकीजमध्ये दारासिंगाचे स्टंट पिक्चर चालू आहे!''

''अरे, पास-पास काय करते, चाहेल तेवढे घे! पण हे सांग, तुझी ताई कुठं हाय?''

''आता घरीच आहे, पण लवकरच जाणार आहे!''

''कुठं?''

''नवऱ्याच्या घरी!''

''अरे! त्ये तर समदी लडकी जाते!''

''हो ना! आमची ताईही जाणार आहे सव्वीस तारखेला नवऱ्याच्या घरी.''

''म्हणजे? काय, सांगते काय तुमी?''

मी त्याच्या हातात पत्रिका दिली आणि हसत उभा राहिलो. ती पत्रिका त्यानं वाचली मात्र, तो एकदम हसायचा थांबला. कडू औषध घेतल्यासारखा त्याचा चेहरा झाला— अगदी दिलीपकुमारचा होतो तसा. मग म्हणाला, ''आँ? आमाला पत्त्याबी नाय! तुमच्या ताईनं बी सांगितला नाय!''

एवढं बोलून बापालाल गप्प बसला. मीही बसून राहिलो. मग हळूच म्हणालो, ''आता पास देणार ना? ताईला सरप्राईज करतो!''

बापालाल म्हणाला, ''पासाचं बघू नंतर! मिळेल तर पाहते. कठीण हाय!''

''असं? मग मी उद्या येऊ?''

तो काही बोलला नाही. मीही मग चहाफराळाची आशा सोडून देऊन तिथून निघून आलो.

ताईला सगळं काही सांगितलं. ती काही बोलली नाही. नुसतं म्हणाली, ''उद्या त्यांच्याकडे जाऊ नकोस हं पास मागायला!''

“का? मी जाणार” मी जोरात सांगितलं.

“मार खाशील; सांगून ठेवते!” ताईनं मला दम दिला.

लग्नाच्या गडबडीत ते राहून गेलं.

लग्नाच्या दिवशी बापालालची मी खूप वाट पाहत होतो. तो काहीतरी मोठं प्रेझेंट देणार, असं मला खात्रीपूर्वक वाटत होतं. ताईला येणाऱ्या आहेरातल्या हव्या त्या वस्तू मी पटकावणार होतो. तसं आमचं कॉंट्रॅक्टच होतं. पण बापालाल आला नाही. शेवटपर्यंत फिरकलाच नाही.

नंतर मला रस्त्यात एक-दोनदा बापालाल दिसला. मी धावत जाऊन त्याला विचारणार होतो, ‘लग्नाला का आला नाहीस’ म्हणून; पण माझ्याकडं न पाहता तो घाईघाईनं दुसरीकडे निघून गेला—जणू माझी नि त्याची ओळखच नव्हती!

ताई माहेरी आली, तेव्हा मी तिला हे सांगितलं. तेव्हा ती हसली. म्हणाली, “तुला कळायचं नाही रघू, तू अजून बच्चा आहेस!”

पाहा! म्हंजे एवढं सगळं होऊन शेवटी मीच बच्चा! वा रे न्याय!

❑❑❑

२. चिंत्या सिनेमाला जातो

रविवारचा दिवस होता. सकाळचे साडेआठ वाजले होते. अंगाला गुदगुल्या करणारी थंडी पडली होती. नित्याप्रमाणे उठून अंघोळ-दाढी यांसारखी रूक्ष क्रियाकर्मे करीत बसायला केयूरला वेळ नव्हता. डोक्यावरून पांघरूण घेऊन सुखासीनतेचे बुडबुडे श्वासावाटे बाहेर सोडीत तो आरामात झोपी गेला होता. त्याच्या डोक्याजवळच्या खिडकीबाहेर गोंगाट चालला होता. नळावर बायका भांडत होत्या. घागरींना पोचे येत होते. पोरे कडमडत होती. भल्या सकाळी दोन वाड्यांच्या दरम्यान क्रिकेटचा कसोटी सामना सुरू असल्यामुळे पोरांच्या गोंगाटाला आंग्ल भाषक धार आली होती, पण त्या गोंगाटाशीच एक लय साधून केयूर घोरत होता. एक मजेदार आळस त्याच्या साऱ्या शरीराला गुदगुल्या करीत होता —!

मग त्याची बायको सिंधू पुन्हा त्याच्यापाशी आली. आपण चुलीवर डाळ शिजत घालावी आणि नवऱ्याने मात्र अजून अंथरूण सोडू नये, हा विरोध त्या विसाव्या शतकातील महिलेस सहन झाला नाही. वाटीत पाणी घेऊन ते तिने केयूरच्या तोंडावर मारले. झोपेतच केयूरने तोंडावरून हात फिरविला आणि कुशी बदलून तो पुन्हा घोरू लागला. तेव्हा सिंधूने चक्क त्याच्या अंगावरले पांघरूण ओढून काढले,

कडेवरल्या दोन वर्षांच्या पोराला त्याच्या पोटावर बसविले आणि तीर्थरूपांचे केस ओढण्याचा चिरंजीवांना प्रेमळ सल्ला देऊन ती विजयी मुद्रेने स्वयंपाकघराकडे वळली.

एवढे झाल्यावर पुन्हा झोप घेणे केयूरला केवळ अशक्य होते. लग्न होण्यापूर्वी आपण दहा-दहा वाजेपर्यंत कसे झोपत असू, त्याच्या मधुर स्मृतीने त्याच्या घशात गहिवर दाटून आला. चिंतामणी ऊर्फ चिंतू ऊर्फ चिंत्या मनसोक्तपणे झिंज्या उपटीत होता. त्यामुळे त्याच्या घशातला गहिवर अधिक दाट झाला. चिंत्याला स्थानभ्रष्ट करून तो उठून बसला आणि स्वयंपाकघराकडे तोंडू करून त्याने ओरडून विचारले, ''याचा अर्थ काय? रविवार असताना तू दहाच्या आधी उठवतेस, याचा काय अर्थ करून घ्यायचा मी?''

आपल्या हातातील चिमटा सरसावीत सिंधू बाहेर आली व तो संशयास्पद तऱ्हेने त्याच्या नाकाजवळ नाचवीत ती म्हणाली, ''दहाला बुकिंग सुरू होतं— नंतर तिकिटं मिळायची नाहीत—''

''बुकिंग? कसलं बुकिंग?'' त्याने कमालीच्या आश्चर्याने विचारले. कारण नसता त्याची नाकपुडी स्फुरू लागली.

''म्हणजे काय? काल तुम्ही पैज हरलात तेव्हा सिनेमा दाखवायचं कबूल केलं होतंत. तुम्ही विसरला असाल, पण मी नाही विसरले–''

''हां हां—ते होय? सिनेमा ना? पाहू ना कधीतरी.'' त्याने निष्काळजीपणाने म्हटले.

''कधीतरी? ते काही चालायचं नाही. चिंत्या झाल्यापासून एकही सिनेमा पाहिला नाही मी. तुम्ही मात्र महिन्यातून चार-पाच तरी पाहत असता! आज दुपारी तीनचा शो. सहाचासुद्धा नाही, सांगून ठेवते.''

''खरं सांगू का तुला सिंधू? आजकाल सिनेमे चांगले येतच नाहीत! ती रॉक अँड रोल गाणी, त्या पुरुषी नट्या आणि ते बायकी नट हा हा हा'' केयूर मोठमोठ्याने हसू लागला. तसे हसले म्हणजे ती सिनेमाचा बेत क्षणात विसरून जाईल, अशी त्याची खात्री होती. पण सिंधू गाफील नव्हती. पूर्ण जागरूकतेने ती म्हणाली, ''ते काही नाही. कसलाही का सिनेमा असेना,

आपण सिनेमाला जायचं, जायचं, जायचं!'' तिच्या ''जायचं'' शब्दाचा ध्वनी कमी होत गेला. चिमट्याला व चिंतूला घेऊन ती आत गेली आणि काय सबब सांगावी याबद्दलचे विचार मनात घोळवीत केयूर बाथरूमकडे वळला.

तोंड धुणे झाले, चहा झाला तरी त्याला चांगलीशी सबब सापडेना. दाढी करताना साबणाच्या फेसाने बरबटलेल्या त्याच्या चेहऱ्याकडे पाहून चिंत्या हसायला व उड्या मारायला लागला, तेव्हा एकदम त्याच्या डोक्यात प्रकाश पडला.

''आणि काय गं आर्य स्त्रिये, या चिंतूचं काय करायचं?''

''माझा चिंतू मला काही जड झाला नाही. मी त्याला सांभाळेन. मग तर झालं?'' मुलाबद्दलच्या मायेने सिंधूच्या डोळ्यांत पाणी साठले.

''आताच खुलासा करून घेतला—नंतर वाद नको. थिएटरात कारटं रडायला लागलं तर मी त्याला स्पर्श करणार नाही; सांगून ठेवतो—'' केयूरने निकराचा हल्ला चढविला, तरी गनीम पराभूत झाला नाही. वेळ पडल्यास बाजरीच्या भाकरीबरोबर मिरची (किंवा मिरचीबरोबर बाजरीची भाकरी) खाणाऱ्या बाजीराव पेशव्यांचा आवेश गनीमाच्या अंगी संचारला होता. पोराला पाठीशी बांधून राणी लक्ष्मीबाईने झाशी ते काल्पी प्रवास केला होता; मग ठोसरांची चाळ ते सिनेमा टॉकीजपर्यंत पोराला कडेवर घेऊन बसने जाण्यास काय हरकत होती?

आंघोळ करून केयूर कुरकुरत तिकिटे काढण्यासाठी घराबाहेर पडला. धक्काबुक्की खात क्यूमध्ये उभा राहण्याचा त्याला मनस्वी कंटाळा आला होता. तिकिटे मिळाली नाहीत, अशी थाप देण्याचा धाडसी विचार त्याच्या डोक्यात चमकला; परंतु आता बारा आण्याची फॅमिली सर्कलची तिकिटे काढली नाहीत, तर दुपारी दीड रुपयाची तिकिटे काढावी लागतील आणि मग चार दिवसांनीच कॅप्स्टनऐवजी पिवळा हत्ती ओढण्याचे दुर्भाग्य नशिबी येईल, हे त्याने जाणले. धक्काबुक्की आणि शिव्या खाऊन त्याने मुकाट्याने दोन तिकिटे काढली. घामाने चिकचिकलेला कोट खांद्यावर टाकून तो वाट फुटेल तिकडे चालू लागला आणि शेवटी भूक लागून विरक्तीचे विचार

पुसट होऊ लागल्यावर बसने सरळ घरी आला.

जेवण करून तो पुन्हा डाराडूर झोपी गेला. रविवारची दुपार सर्वस्वी त्याची होती. ऑफिसमध्ये तो अधूनमधून डुलक्या घेई खरा; परंतु कॉटवर आरामात गादीवर पडायचे सुख तेथे त्याला मिळत नसे. एक प्रकारच्या मधुर गुंगीत तो पडून राहिला. त्याच्या कॉलेजातील सुलेखा जावडेकर आपल्या रेशमी तळव्यांनी त्याचे मस्तक चेपू लागली. रत्ना मनोहर मंजुळ स्वरात अंगाई गीत म्हणू लागली—निर्मला ओक विंझणवारा घालू लागली...तोच एक महामाया केस पिंजारून धावत आली आणि जोरजोराने ओरडू लागली— "तिन्ही त्रिकाळ गिळता आणि पडता अजगरासारखे सुस्त होऊन–" आश्चर्याने व भीतीने त्याने डोळे उघडले, तेव्हा सिंधू त्याला गदागदा हलवीत होती.

"ए महामाये - मला तू झोपू देणार आहेस की नाहीस?"

"आज मुळीच झोपायचं नाही. दोन वाजले. चला, तयारी करा."

रागारागाने केयूर उठला. बायकोवर सूड म्हणून इस्त्री गेलेला, पुंगळीगत झालेला पायजमा व हाफशर्ट चढवून तो संतापाने फुरफुरत दारात येरझारा घालू लागला. त्याचे फुरफुरणारे नाक पाहून येणारे हसू आवरीत सिंधू म्हणाली, "असं काय बरं करायचं ते? तोंड तरी नीट धुवायचं!"

"कुणाचं?" तो किंचाळला.

बायको घाबरून म्हणाली, "माझं नव्हे हो, चिंतूचं."

थोड्या वेळाने बायकोने त्याच्या हातात बऱ्याच वस्तू आणून दिल्या. (१) कोणे एके काळी पांढऱ्या रंगाची असलेली दहा-बारा फडकी (त्यांचा उपयोग योग्य वेळी केयूरच्या ध्यानात आला); (२) चिंतूला भूक लागेल म्हणून दुधाची एक बाटली, (३) चिंतूचा छोटा बिछाना म्हणजे एक दुपटे व रबर आणि (४) चिंतूला खेळण्यासाठी प्लॅस्टिकचा मोठा कोंबडा.

चिंतूला आपल्या कडेवर घेऊन तिने त्या वस्तू केयूरच्या हातात कोंबल्या. सजीव चिंतूपेक्षा निर्जीव वस्तू पुरवल्या, असा धोरणी विचार करून केयूर रस्त्यातून चालू लागला. रागाच्या भरात काय करावे, हे लक्षात न आल्यामुळे नुसताच तो पाय फरफटवीत पावले टाकू लागला. सुमारे फर्लांगभर अंतर काटल्यावर सिंधू केयूरपाशी आली आणि म्हणाली, "फार

दमले हो मी.''

"चालायचंच-'' तो म्हणाला व कसल्यातरी गाण्याची शीळ घालीत पुन्हा लांब टांगा टाकू लागला. पुन्हा सिंधू त्याच्यापाशी आली-- "असं काय करता? घ्या ना चिंतूला. काही झालं तरी तुमचाही मुलगा आहे तो.''

तिचे म्हणणे मान्य करण्यावाचून गत्यंतर नसल्यामुळे आणि तिच्या लडिवाळपणामुळे केयूरचा राग विरघळला, परंतु हातातील एवढे सामान तिच्या हाती देऊन चिंतूला आपल्याकडे कसे घ्यायचे याची त्याला पंचाईत पडली. मग क्षणभर त्याने विचार केला. नंतर तो म्हणाला, "आता आपण असं करू— तू चिंतूला खाली ठेव. मी हे सामान खाली ठेवतो. हूं, आता तू ते सामान उचल. मी चिंतूला उचलतो. बस्स. झालं?''

"किती हुशार आहात हो तुम्ही'' सिंधू कौतुकाने नवऱ्याकडे पाहत म्हणाली व हातातील सामान सावरीत घाईघाईने चालू लागली. कडक ऊन तिला चांदण्यासारखे भासत होते. खुषीत येऊन ती सांगत होती, "शेजारच्या पार्वतीकाकू म्हणत होत्या — तुम्ही अगदी बावळट आहात म्हणून. मी त्यांना साफ सांगितलं, हे मुळीच बावळट नाहीत. नाहीतर त्यांनी माझ्याशी लग्नच केलं नसतं. नाही का हो?''

सिंधू बडबडत, दुकानावरल्या पाट्या वाचीत, रस्त्यावरल्या बायकांच्या "जळ्ळ्या मेल्या'' फॅशनकडे पाहात पुढे जात होती. केयूरचे स्वगत भाषण सुरू होते— "गाढवा, सगळा भांग विस्कटून टाकलास की! हायऽऽकेवढ्यानं ओढतोस मिशा? अरे अरे अरे, टाकलंस पेन खाली? तुझ्या बापाचं पेन वाटलं काय तुला?'' आणि मग तो एकदम किंचाळला.

"काय झालं आणि?'' त्यांच्यापेक्षा अधिक किंकाळत सिंधूने विचारले. "चावलाबिवला की काय?''

"चावला असता तरी चाललं असतं, पण...पण —''

"अहो, नीट बोला की!''

"म्हणजे त्यानं-त्यानं...''

सिंधूनं त्या डझनभर पांढऱ्या (!) फडक्यातील एक फडके ओढून काढले व ते नवऱ्याच्या हाती दिले. चिंतू आपल्या कडेवर असता भलते

घडले नाही याचा तिला इतका आनंद झाला की, त्या भरात आपण बस-रिक्षा न करता आतापर्यंत नुसत्याच चालत आहोत, हेही तिच्या लक्षात आले नाही.

ससिंधू आणि सचिंतू केयूर थिएटरपाशी पोहोचला. सिगारेट आणण्याचे निमित्त करून केयूरने चिंतूला सिंधूच्या हवाली केले, पण तो सिगारेट घेऊन आल्यावर ''याला घ्या हो जरा--मी ती पोस्टर्स पाहून येते'' असे म्हणून सिंधूने चिंतूला त्याच्याकडे साभार परत केले. तोपर्यंत सिनेमा सुरू झाला होता. घाईघाईने मुलाला घेऊन केयूर आत शिरू लागला. तोच आपल्या शर्टाचे मागचे टोक कुणीतरी ओढीत असल्याची त्याला जबरदस्त शंका आली. त्याने मागे वळून पाहिले तेव्हा ते टोक डोअरकिपरच्या चिमटीत अडकल्याचे त्याला दिसून आले. तो खेकसला, ''हा काय चावटपणा आहे?''

डोअरकीपर स्थितप्रज्ञ माणसाला शोभेल इतक्या शांतपणे म्हणाला—

''प्लॅस्टिकच्या मोडक्या-तोडक्या कोंबड्याच्या मोबदल्यात तीन इसमांना तीन तास अख्खा सिनेमा पाहायला मिळेल अशी जर तुमची कल्पना असेल; तर ती चुकीची आहे!''

केयूरने कोंबडा त्याच्या हातून हिसकावून घेतला व गुरगुरत त्याच्या हातात दोन तिकिटे दिली. तेवढे करून तो आत जाऊ लागला, तेव्हा आपल्या शर्टाचे टोक कुणीतरी पुन्हा ओढत असल्याचा त्याला भास झाला. मघाचाच तो स्थितप्रज्ञ माणूस चिंत्याकडे बोट दाखवून विचारीत होता —
''हे काय आहे?''

''लहान बाळ--''

''कशावरून?''

''म्हणजे तुम्हाला तो वाघ वाटला काय पट्ट्या-पट्ट्याचा?'' केयूरने उपरोधपूर्ण आवाजात विचारले.

''वाघाबद्दल आम्हाला वरून तसे निश्चित हुकूम नाहीत, पण लहान मुलाबद्दल आहेत. वय काय याचं?''

''दोन वर्षं तीन महिने.'' सिंधू उत्तरली. ''भाद्रपद महिन्यात संध्याकाळच्या

वेळेस झाला तो. मी माहेरी होते त्या वेळी. असा पाऊस पडत होता त्या दिवशी! वर गडगडाट झाला आणि माझ्या पोटात...''

"तुमच्या आयुष्यातील तो अविस्मरणीय प्रसंग मी नंतर ऐकेन.'' स्थितप्रज्ञ माणूस सिंधूकडे पाहून म्हणाला व नंतर पुन्हा केयूरकडे वळून उद्‍गारला, "याला पूर्ण आकार पडेल.''

"अहो, पण तो तीन वर्षांचा नाही.''

"ज्या वेळी पाच वर्षांचा नियम होता ना, तेव्हा झाडून सारी मुलं चार साडेचार वर्षांची निघायची! एकदा तर एका बाईनं मिशा फुटलेल्या पोराला कडेवरनं आणलं आणि त्याला नुकतंच चवथं लागल्याचं आपल्या नरड्यावर हात ठेवून सांगितलं--''

ते ऐकून केयूरला भयंकर हसू कोसळले. "तुम्ही तर कमाल करता बुवा'' म्हणून तो हसत आत शिरू लागला, परंतु पुन्हा शर्टाच्या टोकाला ताण—डोअरकीपरची ऊर्फ स्थितप्रज्ञाची चिमटी--

त्याच्या नजरेचा भाव जाणून केयूरने त्याच्या हातावर आठ आणे टिकवले व तो वायुवेगाने आत शिरला.

अंधारात ठेचकाळत, बसलेल्यांच्या पायात पाय गुंफीत केयूर व सिंधू आपल्या खुर्च्यांकडे निघाली. केयूर एकदाचा खुर्चीवर येऊन आदळला तेव्हा चिंत्याच्या उजव्या हातात कोंबडा व डाव्या हातात एक काळी टोपी असल्याचे त्याला आढळून आले.

"म्हणजे याचा अर्थ काय?'' त्याने सिंधूला विचारले.

"कशाचा अर्थ?''

"तू टोपी आणली होतीस काय?''

"इश्श-! काहीतरीच तुमचं बोलणं. मी टोपी घातलेली तुम्ही आजपर्यंत पाहिली का कधी?''

"मग ही टोपी कुणाची?''

"असेल एखाद्या सोम्या-गोम्याची! इथं येताना वाटेत चिंत्यानं उचलली असेल. एवढ्या सैल टोप्या हे लोक का घालतात, ते समजत नाही मला.''

"छान! म्हणजे दोष त्या लोकांचाच; या कार्ट्याचा नव्हे.''

"एवढं ओरडायला काय झालं? मध्यंतर झाल्यावर देऊ या म्हणे!"

केयूर काही बोलला नाही. चिंत्याला मांडीवर घेऊन तो मुकाट्याने सिनेमा पाहू लागला. पडद्यावरची टायटल्स संपली आणि सिनेमा सुरू झाला. एवढ्यात सिंधू चीत्कारली. त्याने त्रस्त मुद्रा करून तिच्याकडे पाहिले. एक माणूस तिच्यासमोर उभा होता. छाती पुढे काढून चालत आल्यास आपली छबी पडद्यावर दिसेल, या भीतीने तो रांगत आला होता. चिंत्याच्या हातातील आपली टोपी पाहून तो एकदम उभा राहिला. त्यामुळेच सिंधूच्या मुखातून तो चीत्कार बाहेर पडला होता.

"काय हवंय तुम्हाला?"

"माझी टोपी तुमच्या या पोरानं घेतलीय."

मग केयूरने चिंतूला दादापुता केले. "बाळ, ती टोपी दे बघू-- घाणेरडी आहे—आपल्याला नको -आपण दुसरी आणू-" ही वाक्ये त्याने पाच वेळा म्हटली तरी चिंतूची विकेट पडेना. तेव्हा त्याने त्या सद्गृहस्थाला म्हटले, "तो तसा ऐकायचा नाही. तुम्ही टोपीचे एक टोक धरा. मी याला धरतो. शाळेत असताना रस्सीखेच खेळलाय की नाही कधी?"

या सद्गृहस्थाने कोटाच्या बाह्या वर सारल्या आणि आहे नाही ते बळ एकवटून त्याने टोपी जोराने ओढली. आपल्या शत्रूच्या शक्तीचा अंदाज चिंतूला आला असावा. विशेष कुरकूर न करता त्याने टोपी सोडून दिली. काय झाले; क्षणभर समजले नाही. टोपी अनपेक्षितपणे सोडल्यामुळे त्या माणसाचा तोल गेला. तो धाड्दिशी समोरच्या खुर्चीवर आदळला. एकाच वेळी चार-पाच लोकांच्या शिव्या ऐकण्याचे टाळण्यासाठी केयूरने व सिंधूने आपले कान पाच मिनिटे गच्च मिटून घेतले. त्यांनी जेव्हा ते उघडले, त्या वेळी चिंत्याच्या रडण्याचा आवाज त्यांना ऐकू आला.

"दुधाची बाटली घाल त्याच्या तोंडात!" केयूर किंचाळला.

सिंधूने दुधाची बाटली त्याच्या तोंडात खुपसली. ओरडणाऱ्या तोंडाला दुसरे अधिक महत्त्वाचे व अधिक लाभदायक काम मिळाले आणि केयूर व सिंधू सुटकेचा निःश्वास टाकून समोरचे दृश्य पाहू लागली.

दुर्दैवाने बाटलीतील दूध दहा मिनिटांत संपले. चिंत्याने बाटली

चेंडूसारखी दूर फेकून दिली. बाल्कनीवरून ती बाटली खालच्या स्त्रियांच्या रांगेत कोसळली. दुधातील प्रोटिन्स पोटात गेल्याने तरतरीत झालेल्या चिंत्याने सभोवताली दृष्टी टाकली. बाहेरचे जग प्रकाशमान असताना हे लोक अंधारात गपचिप बसले आहेत, हे पाहून त्याला गंमत वाटली. मग तो तोंडाने चित्रविचित्र आवाज करू लागला. भाषेचा उगम होण्यापूर्वी रानटी लोक ज्या प्रकारचे आवाज काढीत असावेत तसे आवाज त्याच्या तोंडातून निघू लागले. आसपासचे लोक सुधारलेल्या जगात वावरत होते. अर्थातच त्यांना चिंतूचा रानटीपणा मुळीच रुचला नाही.

"हुश् हुश्"

"अहो मिस्टर, गप्प बसवा ना त्याला–"

"थोबाड फोडा त्याचं–"

"बाहेरची हवा दाखवा–"

सूर्व सूचना केयूरने अनुक्रमे अमलात आणल्या. चिंत्या गप्प बसेना तेव्हा त्याने त्याच्या पाठीत रपाटा घातला आणि चिंत्याने भोकाड पसरले तशी केयूर त्याला घेऊन बाहेर गेला.

एवढे होईतो सिंधू मात्र शांतपणे सिनेमा पाहात होती. उत्सुकतेने त्यातला रस चोखीत होती.

पंधरा मिनिटांनी केयूर आत आला व पडद्याकडे पाहू लागला. तो जाण्यापूर्वी सिनेमातील नायकाला भरघोस केस व मिशा होत्या; आता मात्र त्याने डोक्याचे साफ मुंडण केले होते व मिशांना चाट दिली होती. आपली व चिंतूची अनुपस्थिती नायकाचे तीर्थरूप इतकी मनाला लावून घेतील याची केयूरला कल्पना नव्हती. त्याच्या कंठात गहिवर दाटून आला. जड मनाने तो खुर्चीवर टेकला आणि--

पण तेवढ्यात मध्यंतर झाले. आता चिंत्या शांतपणे प्लॅस्टिकच्या कोंबड्याची तंगडी, तुरा आणि चोच चोखत होता. कोंबडा साखरेचा नसल्याने सिनेमा संपेपर्यंत विरघळण्याची भीती नव्हती. निश्चिंत मनाने केयूर मागे बसला आणि चिंत्या किती शांत स्वभावाचा आहे याची तपशीलवार माहिती सिंधूच्या तोंडून मुकाट्याने ऐकू लागला.

तोच एक मोठ्या पोटाचा गुबगुबीत गुजराती माणूस केयूरपाशी आला. त्याच्या मागे बरेच लोक होते. मघाचा तो टोपीवाला कोटाच्या अस्तन्या सारीत व कपाळावरील रक्त पुशीत उभा होता.

"मिस्टर, मी मॅनेजर हाय थिएटरचा." तो ढेरपोट्या गुजराती म्हणाला, "ये लोकांची कंप्लेट हाय तुमच्याविरुद्ध."

"काय म्हणून?"

"तुमचे ये पोरामुळे तेनला तकलीफ होते. सिनेमा शांतपणे भगता येत न्हाय-"

केयूरने नुसते 'च्यक्' केले. चिंतूनेही.

"दुसरा, तुमचं पोरगं मधी ओरडू लागतं तेव्हा सिनेमाचा इफेक्ट जातो. पब्लिकला सिनेमा ॲप्रिशिएट होत न्हाय. तसा झाला तर आमचा पिक्चर दोन आठवड्यांत उडेल."

"मग मी काय करू म्हणता?"

"पोराला घेऊन घरी जा—"

"वा वा -! मी तिकिटाचे पैसे भरले आहेत."

"वापिस करतो पैशे—"

"ऑलराईट, पण आमचा शोफर सिनेमा संपल्यावर मोटार घेऊन येणार आहे. आता मध्येच कसा जाऊ मी?"

त्या शेटने केयूरच्या अंगावरील कपड्याकडे संशयास्पद दृष्टीने पाहिले. पण बालध्रुवाची विनवणी करणाऱ्या उत्तानपाद राजाची भूमिका त्याने सोडली नाही. तो पुढे म्हणाला, "टॅक्सीनं जावा. किराया मी पेड करतो."

"अहो, पण बिस्किटांचे पुडे आपल्या मोटारीतच राहिले आहेत." सिंधू दूरदर्शीपणाने म्हणाली,

"तुमास्नी चार पुडे घेऊन देतो बिस्किटांचे; मंजूर?"

"मंजूर!"

सिंधू पुन्हा म्हणाली, "आणि हिरोचं हिरोईनशी लग्न होतं की नाही, तेही सारं सांगितलं पाहिजे."

"अच्छा! तेबी सांगेन. मंजूर?"

"मंजूर!"

उभयपक्षी तहाच्या अटी मान्य झाल्या. मग केयूर उठला आणि कोटाच्या अस्तन्या मागे सारणाऱ्या (बिन) टोपीवाल्या माणसाची हिंस्त्र नजर चुकवीत सहकुटुंब-सहपरिवार बाहेर पडला.

❑❑❑

३. इजा बिजा तिजा

दुपारचे दोन वाजले होते. ऊन कसे रणरणत होते. डोक्यावर पंखा भिरभिरत होता. टेबलावर निळसर छटा असलेला काचेचा रिकामा ग्लास तोंड वासून उभा होता आणि 'गणपुले अँड कंपनी' अकाउंटंटच्या फर्ममध्ये एका कोपऱ्यात फायलीत तोंड खुपसून बसलेला केयूर साठे अगदी कावून गेला होता. खरे पाहता ही वेळ कॉटवर आरामशीरपणे पडून 'ट्रू डिटेक्टिव्ह' किंवा 'फिल्म इंडिया' वाचायची होती — विविध भारती किंवा पाकिस्तान ऐकायची होती; पण तिसऱ्या वर्षी का होईना, बी. कॉम. पास होण्याचा मूर्खपणा त्याच्या हातून घडला होता. फर्ममध्ये मुलाला चिकटवून घ्या, असे गयावया करून श्रीयुत गणपुलेंना सांगण्याची चूक केयूर साठेच्या तीर्थरूपांनी केली होती आणि मासिक दीडशे रुपड्यांवर आकडेमोड करण्यात अशा कित्येक दुपार फुकट घालविण्याचे दुर्भाग्य त्याच्या नशिबी आले होते.

केयूर साठेने आ करून जबडा वासला व एक दीर्घ जांभई दिली. इतक्या जोराने की, पलीकडल्या खुर्चीवर बसलेली वत्सला कर्णिक एकदम दचकली. अनपेक्षितपणे कुणी एवढा मोठा आवाज केला की, स्त्रीने दचकून 'ईऽऽ' म्हणायचे असते, हा नियम तिला माहीत होता. तिच्या

लिपस्टिकी ओठांतून तो केवलप्रयोगी शब्द कानावर पडताच केयूर भानावर आला. वत्सलाकडे लक्ष जाताच त्याला बरे वाटले. जवळच्या खिडकीतून गार वाऱ्याची झुळूक आल्यासारखे वाटून तो सुखावला. तास-अर्धा तास डुलकी घेण्याचा बेत त्याने रद्द केला. डोळे मिटविण्याऐवजी ते मधून-मधून तिच्याकडे वळविण्याचा विचार त्याने निश्चित केला.

दोन आठवड्यांपूर्वी वत्सला कर्णिकची ऑफिसात एन्ट्री होण्याआधी 'गणपुले अँड कंपनी' म्हणजे केयूरला स्त्री पात्रविरहित ऐतिहासिक नाटकाइतकी रूक्ष वाटे. ऑफिसमध्ये नेहमी अमेरिकन सिने मासिके आणणारा व त्यामुळे हॉलिवूड सिनेमासृष्टीवर वाटेल ते बोलण्याचा अधिकार आपल्याला प्राप्त झाला आहे, असा गैरसमज करून घेणारा प्रकाश शुक्ल; नेहमी आपल्या वाईफची तोंड भरून स्तुती करणारा टकल्या सॉलोमन; 'अय्योयो! यू महाराष्ट्रीयन पीपल' या वाक्याने कोणत्याही संभाषणाची सुरुवात करणारा के. शिवसमुद्रम— या साऱ्या लोकांच्या गुळमट गप्पांत केयूरला राम वाटत नसे. त्यांच्या सहवासात दुपारचे ऊन त्याला अधिक भाजून काढी, वर पंखा सुरू असूनही त्याचे अंग घामाने चिडचिडू लागे. आपण राजीनामा देऊन बाहेर पडलो आहोत आणि हुजूरपागेसारख्या एखाद्या मुलींच्या हायस्कूलसमोर आवळ्या- चिंचांचा स्टॉल उघडला आहे, असे मनोहारी चित्रही फावल्या वेळी तो मनातल्या मनात रेखाटी.

पण पंधरा दिवसांपूर्वी एकदम 'ट्रान्सफर सीन' झाला. मखमली सॅन्डल्स घातलेल्या पायांनी लक्ष्मी चालून आली आणि उभे ऑफिस उजळून निघाले! दाढीच्या साबणाबरोबर मोगरीच्या फुलांचा वास केयूरच्या नाकात घुटमळू लागला. 'अहो साठ्येऽऽ' : हे अनुनासिक संबोधन क्वचित त्याच्या कानी रेंगाळू लागले आणि मग केयूरला वाटले, 'आह—ऑफिसमध्ये काही अर्थ आहे!'

खरे पाहता, वत्सला कर्णिक 'ए वन' नव्हती; नुसतीच 'टॉलरेबल' होती. 'रंगाने दिला हात, पण नाकाने केला घात' असा सारा मामला होता. पण तिच्या नजरेत गुर्मी होती, बोलण्याचालण्यात कुर्रेबाजपणा होता, हालचालींत मिजास होती. कॉलेजजीवनात गगनाला हात घालण्याची आकांक्षा बाळगल्यामुळे

प्रेम विषयात अपयशी ठरलेल्या केयूर साठेला तेवढे पुरे होते. मुलगी तरुण आहे एवढ्यावरच तिसरेपणी विवाह करू इच्छिणारा सापत्य बिजवर खूष असतो; तद्वत् केयूरचे झाले होते. उलटपक्षी तिच्या माफक सौंदर्यामुळे फलाची आशा करण्यास अधिक अवसर होता.

पण वत्सला कर्णिकच्या बाबतीत जपून पावले टाकण्याचे धोरण केयूरने प्रथमपासून निश्चित केले होते. तसल्या नाजूक गोष्टीत तो पक्का बनलेला नव्हता. तेव्हा 'प्रथमग्रासे मक्षिकापातः' होऊन त्याच्या पहिल्या प्रेमाचा साफ निकाल लागला होता. त्याचे असे झाले होते :

ज्युनिअरच्या वर्गात असताना त्याच्या आयुष्यात निर्मला ओक येऊन गेली होती. स्वतःला ती मोठी चित्रकार समजे. त्याला कुणाची हरकत नव्हती; तसे लोकांनीही समजावे, असा तिचा आग्रह असे. एकदा केयूरने (आपल्याकडे इंग्रजीचे टेक्स्टबुक असताही) तिच्याकडे ते मागितले. 'हो घ्या ना' असे तिने मान लववून लाडिकपणे म्हटले होते. 'पण तुमच्या नोट्स मला दिल्या पाहिजेत हं' असेही मधाचे बोट तिने लावून ठेवले होते. टेक्स्टबुक ते हृदय अशी घोडदौड करण्याची इच्छा मनी बाळगणाऱ्या त्याच्यासारख्या होतकरू तरुणाला आणखी काय हवे होते?

पण आपणहून त्याने आपल्या पायावर धोंडा मारून घेतला. निर्मला ओकने दिलेल्या टेक्स्टबुकमध्ये तिने काढलेले एक चित्र होते. खुर्चीवर बसून टायपिंग करीत असलेल्या एका तरुणीचे चित्र काढण्याचा तिने प्रयत्न केला होता. 'शंकर्स विकली'च्या 'चिल्ड्रेन नंबर'मध्येसुद्धा त्यापेक्षा उत्तम चित्रे केयूरने पाहिली होती. त्यामुळे न राहवून त्याने चित्राच्या मागील बाजूस लिहून ठेवले - 'तरुणीच्या शरीराचे प्रपोर्शन चुकलं आहे, कलरचं कंपोझिशन नीट जमलेलं नाही, फिनिशिंग टच अजून सफाईदार हवा.' वास्तविक, त्या सूचना लिहून तिच्यावर 'इंप' मारण्याचा त्याचा प्रामाणिक विचार होता. आपल्या अगाध ज्ञानाचे प्रदर्शन करून तिला मुग्ध करण्याची त्याची इच्छा होती. त्याला वाटले होते, आता निर्मला ओक आपल्याकडे येईल— 'अय्या! तुम्हाला ड्रॉइंगमधलं सगळं कळतं की हो-' असे मानेला हिसडा देऊन ऊर्फ मान वेळावून म्हणेल-! पण झाले उलटेच-! त्याच्या नोट्स तिने

दुसऱ्या दिवशी परत केल्या. 'ड्रॉइंगच्या बाबतीत तुम्ही नको शहाणपणा शिकवायला' असे तिने संतापाने, अधिक चिडीने, अधिक तुसडेपणाने त्याला बजावले. ते वाक्य एका शोकांत नाटकाचे भरतवाक्य ठरले!

नंबर दोनची प्रेमकथा थोडीशी अधिक लांबली, पण अखेरीस ती पहिल्या कथेच्याच वळणावर गेली. या वेळी त्याने 'पॅसिव्ह' भूमिका स्वीकारली होती. सुलेखा जावडेकर भरतकाम छान करी, सुरेख रांगोळ्या काढी. आपल्या लांबसडक व निमुळत्या अंगठ्याची नखे वाढवून ड्राइंगपेपरवर नखचित्रे काढण्याचा तिला छंद होता. कॉलेजच्या स्नेहसंमेलन प्रसंगी भरलेल्या कलाप्रदर्शनात तिने अनेक पारितोषिके मिळविली होती. भरतकाम व रांगोळ्या यांत केयूरला विशेष गम्य नव्हते. त्याचा एक मित्र शरद कुलकर्णी, आकर्षक नखचित्रे काढी. त्यामुळे तिने काढलेल्या नखचित्रांत त्याला नावाजण्यासारखे काही आढळले नाही. परंतु निर्मला ओक प्रकरणी आलेल्या अनुभवाने तो शहाणा झाला होता. त्याने तिच्या कलेवर कधीच टीका केली नाही. तिच्या नखचित्रांबद्दल त्याने चकार शब्द काढला नाही. प्रथमपासूनच तो ताक फुंकून प्यायला, तिच्या व्यक्तिमत्त्वाच्या त्या पैलूंकडे जाणूनबुजून दुर्लक्ष करण्याची दक्षता घेतली आणि मग व्हायचे तेच झाले! एके दिवशी तिने काढलेली नखचित्रे आपल्या पाकिटात वागविणारा त्याचा वर्गमित्र वाशा महाजन व सौ. कां. सुलेखा जावडेकर यांच्या विवाहाची पत्रिका त्याच्या हातात पडली. ती पाहून तो इतका हतबुद्ध झाला की, 'लग्नात आहेर आणू नये' असे पत्रिकेत चक्क छापलेले असूनही त्याने लग्नाला जाण्याचे टाळले.

या दोन्ही शोककथांतून घ्यावयाचा बोध त्याने घेतला होता. स्त्रियांच्या बाबतीत त्याने केलेले अंदाज दोन्ही वेळा चुकले होते. त्याबद्दलचे प्रायश्चित्त त्याला भरपूर मिळाले होते. आता वत्सला कर्णिक हातची जाऊ देणे मूर्खपणाचे ठरले असते. विचारपूर्वक पवित्रा घेणे आवश्यक होते. प्रकरण नाजूकपणे हाताळणे परिणामी हितकारक ठरणार होते...

"मेलं, काही केल्या हे बॅलन्सशीट टॅलीच होत नाही. तुम्ही बघता का हो साठे?" आपल्या किरट्या (चुकलं, मंजुळ) आवाजात वत्सला कर्णिक त्याला विचारीत होती. केयूर साठे एकदम भानावर आला. इतिहासजमा

झालेल्या त्या कथांची उजळणी त्याने थांबविली व आवाजात शक्य तितके मार्दव आणून त्याने विचारले, "अहो, टोटलमध्ये काही एरर राहिली नाही ना? मे आय हेल्प यू?" तिच्या होकाराची वाट न पाहता तिच्या टेबलाजवळ जाऊन तो तिला मदत करू लागला.

मधल्या सुट्टीत तो तिला घेऊन जवळच्या हॉटेलात गेला. फॅमिलीरूममध्ये बसल्यावर त्याने तिच्या कर्णभूषणांकडे पाहिले व म्हटले- "इअरिंग्ज काय सुरेख आहेत हो - किती तोळ्यांची आहेत?"

"अय्या! सोन्याची नव्हेत काही ती. दहा-दहा आणेवाली-"

"पण तुमच्या कानात ती सोन्याचीच वाटतात! खरंच! तुम्हाला ती फारच शोभून दिसतात. तुमचा चेहरा वाटोळा आहे ना—म्हणून-" खरे पाहता त्या लोंबत्या डुलांमुळे ती लोकनृत्यात भाग घेणाऱ्या राजस्थानकडल्या मारवाडणीसारखी दिसत होती. डुलांपेक्षा कुड्या चांगल्या दिसल्या असत्या, असे त्याचे अंतर्मन पुटपुटत होते. पण त्याचे दुसरे मन त्याला निर्मला ओकचा धाक घालीत होते-!

तिने टेबलावर ठेवलेली पर्स उचलीत तो म्हणाला, "बाकी काही म्हणा, तुम्हाला ॲस्थेटिक सेन्स आहे बुवा-"

"तो कसा काय?"

"ही तुमची पर्स पहा ना— किती सुरेख आहे. तुमचंच सिलेक्शन असणार-"

एवढ्यात चहा आला. त्याचीदेखील तो वारेमाप स्तुती करणार होता, पण तो तिने बनविला नसल्याचे ध्यानात येताच त्याने जिभेला लगाम घातला.

दुसऱ्या दिवशी ती ऑफिसात आली तेव्हा तिने मोठी भडक वेशभूषा केली होती. पिवळे जर्द पातळ, लांब बाह्यांचे नि रुंद गळ्याचे लालभडक पोलके, चेहऱ्यावर स्नो-पावडरचा पाव इंच थर आणि ओठांवर किरमिजी लिपस्टिक—या थाटात तिने ऑफिसात पाऊल टाकले तेव्हा ऑफिसातील यच्चयावत् लोकांनी नाके मुरडली. मिस्टर सॉलोमनने 'आमच्या वाईफनं असं कधी केलं नाही,' असे अभिमानाचे उद्गार काढले. शिवसमुद्रमने

'अयय्यो! यू महाराष्ट्रीयन पीपल' अशी सुरुवात करून आपले पुराणम् सुरू केले व प्रकाश शुक्लने 'जिना लोलोब्रिगाडादेखील अशी ड्रेपरी करीत नाही' असे वैतागाचे उद्गार काढले.

पण केयूर साठे डगमगला नाही. थोड्या वेळातच काही काम काढून तो हळूच तिच्याजवळ गेला व म्हणाला, ''रागावू नका हं, स्पष्ट बोलतो म्हणून—पण तुम्ही आज फार सुरेख दिसताहात. सिंपली ब्यूटिफुल—''

''इश्श! खरंच?'' तिने सिल्कच्या इवल्याशा रुमालाने मानेखालचा घाम नाजूकपणे पुसत विचारले. केयूरच्या स्तुतीने ती हरखून गेली होती.

''खोटं बोलून मला काय मिळणार आहे?'' त्याने म्हटले, इतक्या गंभीरपणे की आपल्या सौंदर्याविषयीचा तिचा गैरसमज अधिकच दृढ झाला.

एके दिवशी तिने लाजत-लाजत त्याच्या हातात कसलेसे चोपडे ठेवले.

केयूरने विचारले-''काय आहे हे?''

''काव्यसंग्रहाचं हस्तलिखित-''

''कुणाच्या कविता?''

''इश्श-कुणाच्या म्हणजे काय! मीच लिहिल्या आहेत—''

''तुम्ही कविता करता? तुम्ही?'' तुकारामाने 'आगगाडीतील खून' पुस्तक लिहिलेले पाहिल्यावर जितके आश्चर्य वाटणार नाही तितके त्याला आश्चर्य वाटले.

''कशा आहेत वाचून तरी बघा. आय वॉण्ट युवर फ्रँक ओपिनियन!''

केयूरने ते चोपडे अलगदपणे घरी आणले. मनातले सर्व विचार झाडून टाकले. मन हलके केले. आपल्या खोलीचे दार बंद करून घेतले. उदबत्त्यांचा जुडगा पेटविला आणि अशा शांत व निर्मळ वातावरणात त्याने ते चोपडे वाचायला घेतले. एकामागोमाग एक कविता वाचायला त्याने सुरुवात केली. संग्रहाचे नाव होते— 'शेवाळ.' साऱ्या कवितांत मुख्यतः प्रेम हाच विषय होता. क्वचित प्रभातफेऱ्यांचे वेळी गातात तसली 'चला आपण देशसेवा करू या' किंवा 'क्रांतीचे कंकण बांधू या हाती' यासारख्या कविता होत्या.

वीस-पंचवीस कविता संपूर्ण वाचल्यावर त्याची सहनशक्ती संपली.

बाटलीतील अमृतांजनही संपले. तोंडावरून पांघरूण घेऊन तो पडून राहिला. या दिव्यातून कसे पार पडावे, या विचारात रात्रभर त्याला झोप आली नाही.

दुसऱ्या दिवशी तो उठला. मोफत वाचनालयात जाऊन त्याने श्याम सोनटक्के या टीकाकाराने कुठल्याशा मासिकात मराठी कवितेवर ओळीने लिहिलेले दहा लेखांक हस्तगत केले. दाहीच्या दाही लेखांतील त्याला एक अक्षर कळले असेल, तर शपथ! त्याने ते लेख चारदा वाचले. तरी मराठी कविता आहे तरी कशी, हे त्याला उमगले नाही. अर्थातच केयूरला त्या लेखांशी कर्तव्य नव्हतेच मुळी. त्या टीकेतील त्यातल्या त्यात सोपी वाक्ये त्याने कागदावर उतरून काढली आणि पहाटे सातचा गजर लावून उठून त्याने ती वाक्ये मुखोद्‌गत केली.

आठवडाभर अशी जय्यत तयारी करून एक दिवस त्याने ते चोपडे ऑफिसात नेले. मधल्या सुट्टीत तो वत्सला कर्णिकला हॉटेलच्या फॅमिली-रूममध्ये घेऊन गेला. चहा-बिस्किटे मागवून त्याने देवाचे व श्याम सोनटक्केचे मनोमन स्मरण केले.

"कशा वाटल्या माझ्या कविता?" कर्णिकने विचारले.

"वा! फारच उत्तम. इतर कवींच्या पसरट अनुभूतीवर आधारलेल्या सपक काव्यापेक्षा तुमचं काव्य कितीतरी टोकदार आहे. कर्णिक, तुम्ही काव्य जगला आहात—टेक इट फ्रॉम मी."

"इश्श-काहीतरीच! कशावरून म्हणता हो तुम्ही, मी काव्य जगले म्हणून?"

पुन्हा एकदा परमेश्वर व श्याम सोनटक्के-!

"आता हेच पाहा ना" घसा खाकरून केयूर म्हणाला- "ही तुमची 'मी ज्योति रे खुळ्या पतंगा' कविता घ्या. यातल्या या ओळी पाहा—'

'मज ठाऊक आहे माझ्या रूपाचा तू माशुक
पण ध्यानी धर की मी नाही तुजवर आशक.'

"वा वा! विचारांची काय झेप ही! अनुभूतीचं केवढं विदारक दर्शन हे! त्या प्रेमिकाला तुम्ही रोखठोक बजावलंत. पण तुम्ही तरी काय करणार म्हणा! जाणिवेच्या परिणामाचा प्रेरणादर्शक आलेख काढायचा तर असा

विवस्त्र अनुभूतीचा मागोवा घ्यावाच लागतो-''

"अय्या– असं काही माझ्या काव्यात आहे, हे मला माहीतच नव्हतं!''

"कस्तुरीमृगाला कुठं माहीत असतं, आपल्या नाभीत सुगंधी कस्तुरी असते म्हणून!'' केयूरला काव्य चढले होते. आता त्याला कोणीही रोखू शकले नसते. "मिस कर्णिक, एक दिवस असा उगवेल की, जग तुमच्या पायावर फुलं उधळील... शारदेच्या गळ्यातील तुम्ही कंठमणी व्हाल... आडव्या- उभ्या प्रतिमांच्या धाग्यांनी तुम्ही विणलेली काव्यगोधडी सारं जग पांघरून बसेल!''

इतके झाल्यानंतर दहा रुपयांचे बिल देणे वत्सला कर्णिकला प्राप्त कर्तव्य वाटले; परंतु 'तुमच्या प्रतिमेवरून दहा रुपयेच काय, पण सारा जीव ओवाळून टाकला तरी थोडाच आहे' असे मर्मभेदक (की मर्मग्राही) उद्गार काढून केयूरने तिला बिल देण्यापासून परावृत्त केले.

इतकी पूर्वतयारी झाल्यावर आता ती महत्त्वाची वेळ आली. ज्या क्षणाची केयूर मोठ्या आतुरतेने वाट पाहत होता, तो क्षण आला. हिंदी सिनेमातील नायकाप्रमाणे आवाजात शक्य तितका गोडवा आणून आणि डोळ्यांतून तिच्यावर चांदण्यांची बरसात करून केयूरने तिला विचारले, "मिस कर्णिक वत्सला... माझं तुमच्यावर - तुझ्यावर प्रेम आहे! तू माझ्याशी लग्न करशील का?''

तो प्रश्न ऐकताच वत्सला कर्णिकने वज्राघात झाल्यासारखा चेहरा केला. कपाळावरील व गळ्याखालील घाम आपल्या चिमूटभर रुमालाने तिने खसाखसा पुसून काढला. तिच्या नाकपुड्या थरथरू लागल्या. तिच्या डोळ्यांतून भर दुपारचे ऊन सांडू लागले. फणकाऱ्याने ती म्हणाली, "मिस्टर केयूर साठे— तुम्ही मला ओळखलंत, पण स्वतःच्या लिमिटेशन्स ओळखल्या नाहीत-! माझ्यासारख्या स्मार्ट, सुंदर, उदयोन्मुख कवयित्रीवर प्रेम करण्याचं धाडस तुमच्यानं करवलं तरी कसं? रिअली आय काण्ट बिलिव्ह!''

...आणि मग दोन दिवसांनी 'गणपुले अँड कंपनीला एक अकाउंट्स क्लार्क पाहिजे' असल्याबद्दलची जाहिरात तमाम वृत्तपत्रात झळकली-!

❐❐❐

४. आम्ही दार का ठोठावलं नाही?

आमच्या ए. सी. सी. क्रिकेट टीमचा पंचमढी लायन्स क्लब क्रिकेट टीमशी मित्रत्वाचा सामना होता. शेवटच्या दिवशी सामना मोठा अटीतटीचा झाला. सामना पाहण्यासाठी लष्करी अधिकाऱ्यांच्या पोरीबाळी आल्या होत्या. त्यामुळे स्फुरण चढून आमच्या संघातील दोघा खेळाडूंनी शतके झळकविली. शतके झळकविल्यानंतर त्या पोरीबाळींपैकी कोणीतरी पुढे येऊन आपल्या गळ्यात (हात नसला तरी) हार घालतील, अशा त्या दोघा खेळाडूंची अपेक्षा होती. ती पूर्ण झाली नाही, म्हणून खट्टू होऊन दोघे शंभरावरच सोपे झेल देऊन तंबूकडे परतले. पण असे असले तरी, आमच्या संघाने धावांची उतरंड रचली आणि 'लायन्स क्लब'चा एका डावाने पराभव केला.

त्यानंतर 'लायन्स क्लब'ने आम्हाला खाना दिला. खाना कोरडा नव्हता. बिअर-व्हिस्कीच्या बाटल्यांनी त्याला आगळीच मौज आणली. विजयामुळे चढलेली आमची डोकी व्हिस्कीच्या चार घुटक्यांनी अंतराळात स्वैर विहार करू लागली. आमच्या संघातील विकेटकीपर शर्मा या प्रांतात नवखा; ताकापेक्षा अधिक अमली पदार्थ न प्यायलेला! बिअरच्या ग्लासात फसफसून आलेला फेस पाहूनच तो

डोळे फिरवू लागला. शेवटी बिअरचे दोन ग्लास संपल्यावर तो 'दोन ट्यूबलाईट्स का लावल्या आहेत?' असे विचारू लागला. तेव्हा अधिक 'शो' नको म्हणून बारा-तेरा जण आमच्या निवासस्थानाकडे निघालो. आमच्यातील काही निगरगट्ट मंडळींना व्हिस्की चढली नव्हती; पण क्लबातून बाहेर पडताना सर्वांचा निरोप घेतेवेळी काही नाजूक हातांच्या स्पर्शाची त्यांनाही नशा चढली. रस्त्यातून नागमोडी चालत आम्ही सारे जण आमच्या 'तिवारी बोर्डिंग हाऊस'कडे निघालो.

शुभ्र चांदणे पडले होते. (पृथ्वीच्या पेल्यात कोणीतरी रसगुल्ले पिळले असावेत— इ. इ.) हवेतला गारठा अंगाचे लचके तोडीत होता. साऱ्यांना बिछान्याची ओढ लागली होती. रात्रभर मस्त झोप काढावी आणि सकाळी साडेसातच्या गाडीने कायमूरला रवाना व्हावे, असा बेत होता. संध्याकाळी कायमूरला कंपनीची महत्त्वाची मीटिंग होती. तोपर्यंत पोचणे जरुरीचे होते. बोर्डिंगच्या मालकाला रात्रीचे पैसे आधीच देऊन ठेवले होते. त्यामुळे सकाळी सहाला उठविण्याची जबाबदारी त्याने आपण होऊन घेतली होती. कसलीच काळजी नव्हती. शीळ घालीत व चावट इंग्रजी गाणी म्हणत आम्ही मजेत चाललो होतो. आम्ही बारा-तेरा जण तेवढे शुद्धीवर आहोत आणि रस्त्यावरले सारे लोक प्यायलेले आहेत, अशा थाटात आम्ही रेंगाळत निघालो होतो.

तोच आम्हाला समोर एक थिएटर दिसले. 'मोहब्बत की धड़कन' लागला होता. जाहिरातीवर छापलेली हिरोइनची पोझ दिलखेचक, दिलफोडक वगैरे होती. त्याचा आम्हा साऱ्यांवरच मेस्मेरिझम झाला. संघाचा कॅप्टन मित्रा याची तर बुब्बुळे तेवढे बाहेर यायची बाकी राहिली.

"हा सिनेमा आपण पाहिलाच पाहिजे!" आमच्यातला ओपनिंग बॅट्समन सिंग किंचाळला.

"पाहू ना! घाई काय आहे?" विकेटकीपर शर्मा त्याला ओढू लागला.

"नाही! आजच, आत्ताच्या आत्ता!" सिंग ठामपणे उद्गारला. आपल्या जागेवरून तो तसूभरही हलला नाही. त्याची सेंचुरी थोडक्यात (म्हणजे केवळ बासष्ट धावांनी) हुकली होती. अंपायरने त्याला आउट दिल्यावर तो

असाच जागा न सोडता बराच वेळ उभा राहिला होता.

शर्माने नापसंतीदर्शक मान हलविली. "हे पाहा, थंडी छान पडली आहे. पोटात गेलेली कडवट बिअर छानपैकी हैदोस घालीत आहे. मऊ-मऊ बिछान्यावर रग पांघरून झोपण्याचं स्वर्गीय सुख सोडून 'मोहोब्बत की धड़कन'च्या का मागं लागताय?"

"एक म्हणजे, प्रीतिकुमारीचं हे नवं पिक्चर आहे. दुसरं म्हणजे, कायमूरला हे पिक्चर प्रीतिकुमारीच्या वृद्धापकाळी येणार! तिसरं म्हणजे, आपला बेत ढासळायचं कारण नाही. बाराला सिनेमा सुटला की, सहा तास सुरेख झोप काढता येईल." सिंग सांगत होता.

शर्मा सोडून साऱ्यांनी सिंगला दुजोरा दिला. सिंगच्या स्वरातील निश्चयीपणामुळे आणि प्रीतिकुमारीबद्दल त्याच्या मनात असलेला 'सॉफ्ट कॉर्नर' आम्हाला ठाऊक असल्यामुळे इतरांच्या तिकिटांचा प्रश्नही सुटणार होता. प्रीतिकुमारीसाठी प्राणच काय, पण वीस रुपये दवडायलाही तो सहज तयार झाला असता. सारा दिवस चांगला गेला होता. शेवटच्या सिनेमाच्या कार्यक्रमामुळे धुंद दिवसाला शोभेल अशी परिसमाप्ती झाली असती.

परंतु प्रीतिकुमारीच्या उन्मादक पोझला शर्मा बधला नाही. फुकट सिनेमाचे आकर्षणही त्याने झुरळ झटकावे तसे झटकून टाकले. त्याने जाहीर केले- "तुम्ही सारे लोक सिनेमा पाहा बापडे! मी एकटा चाललो तिवारी बोर्डिंगकडे. मला रोज लवकर झोपायची नि लवकर उठायची सवय आहे!"

"पण मग तुला ज्ञान, आरोग्य, संपत्ती या तिन्ही गोष्टी बऱ्या भेटल्या नाहीत!"-स्पिन बोलर राजाध्यक्ष.

"आणि काय रे शर्मा, लग्न ठरलंय ना तुझं? मग लवकर झोपायची सवय कशी काय परवडणार तुला?" फास्ट बोलर कुन्हा डोळे मिचकावीत उद्‌गारला.

शर्मा थंडपणे म्हणाला, "हे पाहा, तुम्ही माझी काय चेष्टा करायची ती करा; पण माझा बेत ठरला, तो ठरला! तुम्ही मला पृथ्वीमोलाचं राज्य देऊ केलंत तरी ते मला नको. मला आता झकास झोप हवीय. ओऽहो!

थंडीच्या दिवसात मऊ गादीवर रजई पांघरून घेतलेली गाढ झोप... आणि तीही बिअरच्या घुटक्यांनी मेंदूला झणझणीत मुंग्या चढल्यावर! माशाल्ला! हमारी तो जान कुर्बान है!''

तात्पर्य, शर्मा निद्रादेवीच्या कुशीत शिरायला अत्यंत अधीरला होता. आम्ही मग विशेष ओढून धरले नाही. आम्ही त्याला निरोप दिला आणि थिएटरमध्ये शिरलो. परंतु दुर्दैवाने सिनेमा पाहताना जो उत्साह होता, तो सिनेमा संपल्यावर पार रसातळाला गेला! 'उल्फत', 'शमा-परवाना', 'सांवरिया' 'सय्याँ' आदी शब्द आलटून-पालटून वापरून रचलेली ती गाणी, गरिबी-श्रीमंतांवर हिरोईनच्या बापाने दिलेले ते प्रवचन आणि कमरेवर घागरी घेऊन केलेले ते लचकते अंगविक्षेप... आमचा 'हँगओव्हर' खाड्दिशी उतरला. आम्ही स्वर्गातून पृथ्वीतलावर आलो, ते एकमेकांना शिव्या देतच.

सिनेमा सुटला तेव्हा एक वाजला होता. एखाद्या धारदार सुरीसारखी थंडी अंगात शिरत होती. सर्व जण सिंगला — त्याने पैसे भरले असूनही शिव्या मोजीत होते आणि शर्माचे गुणगान गात होते. तोंडात मारल्यागत आम्ही निमूटपणे 'तिवारी बोर्डिंग'च्या दिशेने निघालो होतो. सर्वांच्या डोळ्यांवर झोप चढली होती आणि प्रत्येक जण बिछान्याला शरण जाण्यासाठी आतुरला होता.

बोर्डिंगपाशी पोचलो तो सर्वत्र सामसूम होती. हॉटेलच्या इमारतीवर एकही दिवा नव्हता. तिवारीच्या व्यापारकुशलतेचे कौतुक करीत आम्ही धडपडत जिना चढून वर गेलो. आमच्या ताब्यात जे दोन मोठे हॉल्स देण्यात आले होते, ते एका बाजूला होते. गॅलरीत ठेवलेल्या सामानाला ठेचकाळत आम्ही हॉलपाशी पोचलो. सिंग पुढे झाला व त्याने हाक मारली, ''शर्माऽऽए शर्माऽऽ...''

आतून काहीच उत्तर आले नाही.

सिंगने आवाज चढवला तरी आत सारे चिडीचिप!

मग मी पुढे सरसावलो. ''काय सिंग, रोमिओनं ज्युलिएटला मारावी तशी नाजूक हाक मारतोयस! तुझ्या मंजुळ आवाजानं तो जागा असला तरी झोपायचा!'' असे म्हणून आवाज चढवून मी ओरडलो, ''शर्माजी, ओ

शर्माजीऽऽ दरवाजा खोलो!''

हूं नाही, की चूं नाही.

सर्वांनी आळीपाळीने गळे साफ केले तरी शर्माकडून काहीच उत्तर येईना. तेव्हा मित्रा घाबरला. ''काय रे, सारी दारं-खिडक्या गच्च बंद करून घेऊन तो झोपलाय का? की त्याचं काही बरंवाईट—''

''बरंवाईट होगा उसके दुष्मनका! -ऐका, ऐका! त्याचं घोरणं तरी ऐका!- कसा पांढरी तीनमध्ये घोरतोय लेकाचा! आम्ही मात्र इथं बाहेर ठणाणा करतोय!''

गोष्ट खरी होती. शर्माच्या घोरण्याचा मंद आवाज ऐकू येत होता. आम्ही थंडीने कुडकुडत बाहेर उभे राहावे आणि शर्माने सुखासीनतेचे बुडबुडे तोंडावाटे सोडीत नि:संकोचपणे घोरावे, हा महान अन्याय आम्हाला सहन झाला नाही. त्यानंतर आम्ही केलेल्या हुल्लडबाजीला जगाच्या इतिहासात तोड नसेल! अकरा-बारा लोकांनी केलेला इतका सुसंबद्ध आरडाओरडा कोणी क्वचितच ऐकला असेल! जमेल तितक्यांनी आपले घसे मोकळे करून घेतले आणि शक्य होते त्यांनी दारावर थापा मारून आपल्या हातापायांचे स्नायू सुटे करून घेतले.

कुठल्याही हिंदी सिनेमाने लाजेने मान खाली घालावी, अशा स्वरूपाच्या त्या गोंधळामुळे शर्मा जागा झाला नाही; परंतु एक मिनिटभर पटापट दिवे लागण्याचा आवाज झाला. गॅलरी प्रकाशाने उजळली, खिडक्या अर्धवट उघडल्या गेल्या आणि पेंगुळलेले कम् त्रासलेले बरेच चित्रविचित्र चेहरे अर्धवट खिडकीबाहेर डोकावले.

–तोच अंगावरली चादर पाकोळीसारखी हलवीत दस्तुरखुद्द तिवारी धावत आले. शाप द्यायला सज्ज झालेल्या दुर्वासमुनींसारखे ते दिसत होते. बराच वेळ त्यांच्या नाकपुड्या केवळ फुरफुरत राहिल्या, तोंडावाटे वाफेचे लोटच्या लोट बाहेर आले, गारठ्याने आणि क्रोधाने त्यांचा सारा देह थरथरत राहिला. अखेरीस ते मुष्किलीने कसेबसे उद्गारले, ''काय चालवलंय तुम्ही हे? आं? क्रिकेटचं मैदान वाटलं होय तुम्हाला हे?''

''आम्हाला आत जायचंय!'' सिंग हळूच उद्गारला.

"ते मला दिसतंय हो, पण आत जायचं असेल तर, दारातून आत जावं लागतं. हल्लागुल्ला करून खोलीत शिरल्याचं उदाहरण 'तिवारी बोर्डिंग'च्या इतिहासात नाही! यापुढं आणखी आरडाओरडा केलात तर-तर..." पुन्हा त्याच्या नाकपुड्या फुरफुरू लागल्या.

"पण दारावर थाप मारल्यावर आतल्या गृहस्थानं दार उघडं केलं तरच आम्हाला आत जाता येईल ना?" मी थंडपणे पृच्छा केली.

"असेल, तसंही असेल; पण मला त्याची पर्वा नाही! तुम्हा मूठभर लोकांसाठी हॉटेलचं नाव बट्टू करायला मी तयार नाही. रात्री एक-दीड वाजता माझ्या हॉटेलमध्ये असा दंगा झाला, तर माझं दिवाळं वाजेल. सकाळी संन्यास घेऊन 'बडा महादेव'कडे जावं लागेल!" आणि असेच काहीतरी असंबद्ध पुटपुटत आपली चादर पाकोळीच्या पंखांसारखी हलवीत तिवारी अंतर्धान पावले. ते गेले, तसे अर्धवट बाहेर दिसणारे चेहरे कासवाने मान मागे घ्यावे तसे अदृश्य झाले. खिडक्या लावून घेण्यात आल्या आणि दिवे मालवले जाऊन गॅलरीत पुन्हा गुडुप अंधार झाला.

भान न राहून मी पुन्हा ओरडलो --"शर्माऽ आता उठतोस की तुला-" पण मग एकदम लक्षात आले—गाढ झोपलेल्या गृहस्थाला फाशीची शिक्षा जरी दिली तरी तो किंचितही चाळवला जायचा नाही.

"मग आता होणार काय?" स्पिन बोलर कण्हला. ओरडून-ओरडून मोठ्याने बोलण्याइतकी शक्ती त्याच्या अंगात राहिली नव्हती.

राजाध्यक्ष चिंतातुर मुद्रेने म्हणाला, "म्हणजे आपल्यासारख्या दहा-बारा तरुणांना—राष्ट्राच्या आधारस्तंभांना एका झोपलेल्या माणसाला उठवता येऊ नये? अं? थू: तुमच्या जिन्गानीवर! मग तिसरी योजना कशी पूर्ण करणार रे तुम्ही? चीन लडाखच्या पुढं आलाय... आणि दुसरी महत्त्वाची गोष्ट लक्षात ठेवा, आपण त्याला उठवलं नाही तर--तर..." वाक्य पूर्ण करण्याची त्याला छाती आली नाही. तो विचारच दु:सह होता. हवेतला गारठा अधिकच वाढला होता. साऱ्यांची अंगे थंडीने थडथडत होती आणि दात एकमेकांवर आपटत होते. प्रत्येक जण झोपेसाठी इतका आतुरला होता की, आम्ही सर्व जण संस्थानिक असतो तर केवळ सहा तास झोपेची उत्तम

सोय करणाऱ्यांना आम्ही आपली संस्थाने मोठ्या आनंदाने बहाल केली असती!

तेवढ्यात सिंगने डोके चालवले. हॉलच्या जवळच बाथरूम होती. तिच्यातल्या नळाला जोडलेला रबरपाईप चांगला लांबलचक होता. सिंगला त्याची आठवण झाली. अंधारात चाचपडत बाथरूममध्ये जाऊन त्याने तो पाईप बाहेर आणला. मग आम्हा साऱ्यांच्या मदतीने तो वर चढला. दाराच्या वरच्या फटीतून त्याने पाइप आत सरकविला आणि मग नळ सोडण्यात आला. सिंग अधूनमधून पाईपला हिसके देत होता आणि पाणी चौफेर फेकण्याची दक्षता घेत होता. शर्मा कुठल्याही कॉटवर झोपला असला तरी पाण्याचे चार जरी शिंतोडे त्याच्या अंगावर पडले तरी बस्स होते! मग शर्मा उठला असता, त्याने दार उघडले असते आणि आम्ही सारे मऊ मऊ बिछान्यावर...

चांगली दहा मिनिटे पाण्याची संततधार सुरू होती, परंतु आतून कसलीही हालचाल दिसेना! पाण्याचा धो-धो आवाज थांबवून आम्ही दाराला कान लावले. किर्रर्र आवाजात मिसळून गेलेला शर्माच्या घोरण्याचा मंद आवाज आमच्या कानात शिरला. लोखंडाच्या तप्त रसासारखा वाटला तो आम्हाला! त्याच्या घोरण्याची लय आता चांगलीच वाढली होती. अंतरा संपवून द्रुत विलंबितवर आला होता तो. त्याचा स्वर मंद सप्तकातून तारसप्तकात गेला होता. ते ऐकून चिडून जाऊन सिंगने पाण्याचा मारा दुप्पट जोराने सुरू केला. पाणी इतके उदंड झाले की, अखेर ते दाराच्या खालच्या फटीतून वाहत येऊन आमचे पाय भिजवू लागले.

पुन्हा एकदा बॅटरीचा झोत आमच्यावर आदळला आणि ग्रामीण कथेतल्या येशा अगर गणपागत आम्ही 'येडबडल्यागत' झालो. मालक तिवारी कानटोपी घालून ड्रॅक्युलासारखी चादर हलवीत आमच्यापाशी येऊन ठेपला. वर चढलेला सिंग, त्याच्या हातातला पाईप व पाईपवरून बाथरूम अशा क्रमाने त्याने बॅटरी फिरविली आणि तो दहाचे अंक मोजू लागला, परंतु अंक मोजून संपण्यापूर्वीच त्याच्या डोळ्यांत फुललेला अंगार आम्हाला त्या धूसर प्रकाशात स्पष्ट दिसला. लोहाराच्या ऐरणीवरल्या लोखंडातून फुटावेत तसे त्याच्या डोळ्यांतून स्फुल्लिंग बाहेर पडत होते. त्याच्या नाकपुड्या

भाल्यासारख्या फुरफुरत होत्या आणि पैलवानाच्या दंडावरल्या बेडकुळीप्रमाणे त्याच्या कपाळावरची मधली शीर तरारून फुगली होती. बराच वेळ त्याच्या तोंडातून शब्दच फुटेनात. थंडीमुळे की इतर कशाने, हे आम्हाला समजेना. शेवटी शब्द उमटले तेही अस्पष्ट, एकमेकांच्या पायात पाय अडकून पडलेले; ''याचा अर्थ काय? तुम्ही जे काही चालवलंय, त्याचा अर्थ काय?''

आम्ही काहीच बोललो नाही. सिंग मात्र पाईप सोडून देऊन उडी मारून खाली उतरला. तिवारी महत्प्रयासाने बॅटरी सावरीत वर चढले आणि खोलीभर बॅटरीचे झोत फेकून त्यांनी बराच वेळ खोलीचे अंतरंग बारकाईने तपासून पाहिले. मग खाली उतरून आवाज चढवून ते ओरडले, ''वाट लावलीत तुम्ही माझ्या खोलीची!''

''ती कशी काय?'' काहीतरी बोलायचे म्हणून मी विचारले.

''ती कशी काय? वर तोंड करून विचारता आणिक? खोलीत अर्धा फूट पाणी साठलंय...माझं उत्तमपैकी फर्निचर ओलं झालंय-- त्यावरचं पॉलिश उडून गेलंय! भिंतीवरचा पेंट उडलाय... ठिकठिकाणाचे पापुद्रे निघालेयत-खोलीची सारी कळा घालवलीत तुम्ही!'' - तिवारीच्या तोंडून पुढे शब्द फुटेनात.

खालून कोणीतरी विचारले, –क्यूं तिवारीजी, सबकुछ ठीक है न?''

तिवारींनी आमच्याकडे एकदा रोखून पाहिले. ''तो पोलीस हवालदार आहे.'' असे सांगून मग ते जोराने उत्तरले, ''अभी तो सबकुछ ठीक है हवालदारजी. लेकिन जरूरत पडी तो–'' त्यांनी वाक्य अर्धवट सोडून आमच्याकडे छद्मीपणे पाहिले.

आम्ही काही बोललो नाही. सर्व जण चिडीचूप होतो. थोड्या वेळाने मित्रा धीर करून तिवारींना विचारू लागला, –''तुमच्याकडे एखादी रिकामी खोली नाही का?''

''असती तर मघाशीच तुम्हाला नसती का दिली? माझी खोली खराब होण्यापूर्वी तुमची व्यवस्था नसती का करता आली?'' तिवारींच्या शब्दांत काठोकाठ उपरोध भरला होता, पण तिकडे सोईस्करपणे दुर्लक्ष करून मित्राने पुन्हा विचारले, ''इथं दुसरं कुठं हॉटेल नाही का जवळपास?

त्यात जरी एखादी छोटी खोली मिळाली असती तरी चाललं असतं.''

''हे पाहा, जवळपास कुठंही हॉटेलं नाहीत आणि असली तरी रात्री दोन-तीनला हॉटेल उघडी ठेवायची पंचमढीला पद्धत नाही. पद्धत असलीच तरी फर्निचर आणि वॉलपेंटचा खर्च तुमच्याकडून भरून घेण्यापूर्वी तुम्हाला इथून सोडण्याइतका मी मूर्ख नाही! तुमच्यावर कसल्याही प्रकारचा विश्वास ठेवणं शक्य नाही! उद्या सकाळी माझी सारी नुकसानभरपाई दिली नाहीत, तर सामान जप्त केलं जाईल! तुमच्यासारखी महाभयंकर गिऱ्हाईकं आम्हाला मिळाली तर हॉटेलला टाळं ठोकून हिमालयावर जावं लागेल!''

आम्ही हतबल होऊन उभे होतो. बॉस फायरिंग करताना न डगमगता उलटी उत्तरे देणारे आम्ही खंदे वीर, पण तिवारींना उत्तर देण्याची आम्हाला ताकद नव्हती आणि इच्छाही नव्हती. आपलाच दाम खोटा, तिथे...

''आणि हे पाहा-,'' तिवारीची फैर चालू होती, ''उद्या सकाळपर्यंत कुठं बाहेर जायचा प्रयत्न केलात तर सांगून ठेवतो, हवालदार जवळच आहे, पोलीस चौकी हाकेच्या अंतरावर आहे!'' असे म्हणून ड्रॅक्युलासारख्या लांब लांब ढांगा टाकीत तिवारी निघून गेले.

अंधार गुडुप झाला होतो. हिमालयावर किती थंडी असावी याची प्रत्यक्षानुभूती की काय म्हणतात, ती आम्ही घेत होतो. एकमेकांशी काही न बोलता आम्ही एकामागोमाग एक जमिनीवर कोसळू लागलो. धारातीर्थी पतन पावणाऱ्या योद्ध्यासारखे. माझ्या डोळ्यांपुढे झापड आली. अंगाचे मुटकुळे करून मी गॅलरीच्या कठड्याला टेकलो आणि समस्त गात्रे बधिर झाल्यामुळे असावे; पण कधी झोप लागली, ते माझे मलाच समजले नाही.

सकाळी जाग आली तेव्हा शर्मा मला हलवीत असलेला दिसला. मी ताड्दिशी उठून बसलो आणि मोठ्या मुष्किलीने डोळे उघडून सभोवार पाहिले. सात-आठ 'साथी' अस्ताव्यस्त पडलेले होते. दोघे-तिघे दाराशी टेकून झोपल्यामुळे, शर्माने दार उघडल्यानंतर खाली पडले असावेत आणि जागे झाले असावेत! शर्मा किंचाळत होता, ''रात्रभर मजा केली ना लेको? सिनेमा झाल्यावर आणखी कुठं गेला होता? मदिरा झाली; मग काय मदिराक्षी—''

“आम्ही सिनेमा सुटल्यावर तडक इथं आलो.” राजाध्यक्ष डोक्यावरचे केस खराखरा खाजवीत शुष्कपणे म्हणाला.

शर्मानि आश्चर्यानि विचारले, “मग तुम्ही दार का ठोठावलं नाहीत?”

“दार?” नुकताच जागा झालेला सिंग ताड्दिशी उभा राहिला आणि ओरडला, “दार का ठोठावलं नाहीत म्हणून विचारतोस? कसं ठोठावलं ते सांगू का?” सिंग वाचेपेक्षा कृतीवर भर देणाऱ्यांपैकी होता. मूठ आवळून त्याने शर्माला एक ठोसा दिला. रात्रभर गाढ झोप घेऊन ताजातवाना झालेल्या शर्मानि जागरूकपणे तो वार चुकविला. (‘फास्ट बॉल’ शरीरवेधी असला की ‘डकिंग’ करायची त्याला चांगली सवय होतीच.) परंतु शर्माच्या मागे डोळे चोळीत उभ्या असलेल्या राज्याध्यक्षावर तो ठोसा बसून तो मागच्या मागे जमिनीवर कोसळला आणि पडल्या जागी तत्काळ झोपी गेला!

सिंगच्या हिंस्र नजरेकडे दुर्लक्ष करून आणि माझ्याकडे, मित्राकडे आणि अस्ताव्यस्त पडलेल्या इतर साऱ्यांकडे आळीपाळीने पाहत शर्मा एकच प्रश्न पुनः पुन्हा विचारीत होता, “पण तुम्ही दार का ठोठावलं नाहीत म्हणतो मी! कमाल आहे बुवा तुम्हा लोकांची! दार ठोठावलं असतं तर काय तुमचे चार चव्वल खर्च झाले असते? आं?...”

❑❑❑

५. शीलसंन्यास आणि स्त्री नावाची बेटी

सातारा जिल्ह्यातील आटपाडी तालुक्यात असलेले मौजे घोडेवाडी बुद्रुक गाव लोकसंख्येने लहान असले तरी लौकिकाने उजू आहे. लौकिकाचे धनी दोन. नरसिंह घोडेवाडीकर आणि प्रसाद घाटपांडे. दोघांच्या वयांत चाळीस वर्षांचे अंतर. नरसिंहराव जुन्या पिढीचे व प्रसाद उगवत्या पिढीचा. पण दोघेही आपापल्या परीने नाट्यलेखक. नरसिंहरावांनी एके काळी राम गणेश गडकरी यांच्या बैठकीत बसून त्यांच्या बंडलातल्या विड्या ओढल्या आहेत. त्यामुळे गडकऱ्यांच्या नाटककार बोलण्याचा त्यांचा नैतिक अधिकार मोठा. 'रामभाऊ म्हणायचे', अशी सुरुवात करून त्यांनी सिगारेट पाकिटातली एक सिगारेट ओढायला घेतली की, खुशाल समजावे की, तुमचे पाकीट संपेपर्यंत त्यांच्या आठवणी रंगणार! गडकरी दारू पिऊन नाटके लिहीत, म्हणून नरसिंहरावही दारू पिऊन नाटके लिहू लागले. पण पिण्याच्या व नाट्यलेखनाच्या प्रमाणात काही गफलत झाल्या कारणाने ऐन उमेदीच्या काळात ते दारूच पीत राहिले आणि नाट्यशारदेची सेवा मनात असूनही त्यांच्या हातून घडली नाही! नाही म्हणावयास त्यांनी कृष्णाच्या बालपणावर लिहिलेले 'संगीत दुग्धहरण' आणि आनंदीबाई पेशव्यांच्या जीवनावर लिहिलेले 'संगीत

उग्रचंडी' ही दोन नाटके डिग्रजकर नाटक मंडळीने बनविण्यास घेतली होती, पण नाटके बसविताना दिग्दर्शकाचे व नरसिंहरावाचे वेळोवेळी खटके उडू लागल्यामुळे दोन्ही नाटकांनी छापखान्याप्रमाणे रंगभूमीचेही तोंड पाहिले नाही. ही हकिगत सांगताना नरसिंहरावांना जो गहिवर येतो त्यावरून खात्री पटते की, महाराष्ट्र नाट्यशारदा एका महान नाटककाराला व दोन दर्जेदार नाट्यकृतींना कायमची मुकली!

प्रसाद घाटपांडे हा सळसळत्या रक्ताचा तरुण. नव्या नाटककारांचा निस्सीम उपासक. जीवनाचे आडाखे चुकले व त्यामुळे प्रवाहपतित होऊन प्रसाद घाटपांडेला घोडेवाडीला हायस्कूलमध्ये मास्तरकी करावी लागत आहे. असे असले तरी नव्या नाट्यकृतींचा आस्वाद घेण्याच्या बाबतीत त्याचा उत्साह थक्क करणारा आहे. पुण्याला शिकत असताना हौशी नाट्यसंस्थेत प्रॉम्प्टरचे काम तो मोठ्या उत्साहाने करी. नव्या नाटककारांच्या व दिग्दर्शकांच्या बैठका त्याने न चुकता 'अटेंड' केल्या आहेत व त्यात होणारी चर्चा भक्तिभावाने ऐकली आहे. गडकरी-वरेरकर हे नाटककार नव्हेत, अशी विधाने करण्याचे नैतिक सामर्थ्य त्याच्या अंगी आहे ते याचमुळे. इब्सेनपासून टेनेसी विल्यम्सपर्यंत बऱ्याच पाश्चात्त नाटककारांची नावे त्याला माहीत असून, त्यांच्या नाटकांना स्पर्श न करताही त्यांचे 'मर्मग्राही विश्लेषण' करण्याचे कौतुकास्पद कसब त्याने पैदा केले आहे. 'संज्ञाप्रवाह', 'प्राथमिक मूल्य', 'भौतिक प्रगती व व्यक्ती', 'जीवनाची वाताहत', 'प्रतीकात्मक नेपथ्य' इत्यादी शब्द वापरून मौजे घोडेवाडी येथील अडीच हजार लोकसंख्येतील सातआठशे तरुण व वृद्ध पुरुषांना तो तोंडात बोट घालावयास लावीत असतो. 'या असल्या कुग्रामात राहिल्यानं माझ्या प्रज्ञेवर राख जमू लागली आहे', असे करुण उद्गार तो जेव्हा सुस्कारे सोडून काढतो, तेव्हा ऐकणारी मंडळी धोतरांचे सोगे अगर सदऱ्यांची टोके डोळ्यांपाशी न्यायला विसरत नाहीत.

यंदाच्या वर्षी शाळेच्या स्नेहसंमेलन-प्रसंगी एखादा पौराणिक नाट्यप्रयोग व्हावा, अशी इच्छा साऱ्या गावकऱ्यांनी प्रगट केली. गावात दोन प्रतिभाशाली नाटककार असताना जुन्या नाटकातील तेच ते प्रवेश सादर करण्याचे कारण नाही, अशी चावडीवर बोलणी झाली. दोघांना एकाच विषयावर नाट्यप्रयोग

लिहिण्यास सांगावे व पंचायतीने नेमलेल्या कमिटीने त्यापैकी एक प्रयोग निवडावा, असे ठरले.

अहल्येच्या सौंदर्यावर मोहित झालेला इंद्र, गौतमऋषी स्नानास गेला असता स्वत: गौतमाचे रूप घेऊन येतो व अहल्येला भ्रष्ट करून जातो; नंतर खुद्द गौतम प्रवेश करतो, ही या नाट्यप्रयोगाची सुरुवात. नरसिंह घोडेवाडीकर व प्रल्हाद घाटपांडे यांनी लिहिलेले प्रवेश अनुक्रमे पुढीलप्रमाणे :

नाट्यप्रवेश : 'संगीत शीलसंन्यास'

(स्थळ : गौतमाचा आश्रम, अहल्या एकटीच बसली आहे. गौतम प्रवेश करतो.)

अहल्या : अगं बाई, हे काय नाथ? आताच तर आपण येथून गेला! इतक्या लवकर आपलं परत येणं कसं झालं?

गौतम : अहल्ये, तू काय बोलतेस याचा मला अर्थच उमगत नाही. मी तर भल्या पहाटे कमंडलू घेऊन नित्यक्रमाप्रमाणे स्नानास गेलो होतो. स्नान, संध्या, जपजाप्य आटोपून मी हा आताच येतो आहे.

स्नानासि मी जाऊनि आता
परतुनि येतो आहे
धूतवस्त्र हे अजुनी ओले
हात लावुनि पाहे ॥१॥

अहल्या : (स्वगत) मग ते कोण? आता येऊन गेले ते प्राणनाथ नव्हेत, तर मग कोण? अंगावर फुललेली रोमांचाची तटबंदी अजून खडी आहे, त्यांच्या पुरुषी श्वासाचा उग्रमधुर गंध अजून माझ्या तनूभोवती रेंगाळतो आहे आणि नाथ इतक्या लवकर परत आले? आणि हे तर म्हणताहेत की मी आत्ताच येतो आहे! माझी चेष्टा तर नाही ना करीत? किंवा होय, तसेच असावे! (उघड) हे काय बरं हे! एवढी कसली मेली थट्टा करायची? आमच्या इकडे थट्टेला मुळी काळवेळच नसतो!

(चाल : सत्य वदे वचनाला)

सत्य क्षणी बोला ना सखया । जीव घेतसे भलती थट्टा ॥धृ॥
हुरहुर ही उरी जाळितसे तरी । पेटू नका असल्या हट्टा ॥१॥
मला सांगायचं ना खरं काय ते?

गौतम :   अहल्ये, आम्ही ऋषी लोक असे गृहस्थाश्रम आचरीत असलो
तरी या आश्रमी जीवन व्यतीत करणाऱ्या अन्य जनांहून आमची
वर्तवणूक वेगळी असते, हे आजवर तुझ्या ध्यानी कसे आले
नाही? अन्य जनांचा जो सहजधर्म—ती थट्टा आम्हाला हिंसेप्रमाणेच
त्याज्य! आमच्यासारखे लोक आपले सारे जीवन वानप्रस्थाश्रमात
घालवितात. जलातील तेलाप्रमाणे आम्ही या संसारात असून
नसल्यासारखे—ध्यान, जपजाप्य, समाधी यात रात्रंदिन रममाण
होणारे. या वाचून आम्हास अन्य मोक्ष नाही!

(चाल : लागेल ती)

मोक्ष नसे दुसरा । आम्हाला ॥धृ॥

स्नान-ध्यान-जपजाप्य सदा । विसरुनि जातो सारी विपदा ॥१॥
मीन जसा तडफडे जलावीण । तसे होतसे गृहस्थजीवन ॥२॥
तेव्हा अधिक आढेवेढे न घेता काय घडले ते मला सांग किंवा
तसे कशाला—मीच थोडा वेळ ध्यान लावून बसतो. म्हणजे
योगसामर्थ्याने माझी कुंडलिनी जागृत होऊन झालेला प्रकार
माझ्या मनमानसी स्फुरेल!

(तसे करतो)

अहल्या :   (स्वगत) खरोखरी काय झाले असेल बरे? काहीतरी अभद्र तर
घडले नाही ना? माझी पापणी अशी का लवू लागली आहे? ती
पाहा, ती पालही कशी चुकचुकते आहे! परमेश्वरा, आता
तुझ्याशिवाय मला कुणीही कैवारी नाही रे! तूच आता माझा
त्राता –

(चाल : धाव धाव रे)

धाव धाव रे ईश्वरा ।

अंत नको पाहू ।।धृ।।
द्रौपदीची तू लाज राखली ।
गजेंद्रास तू मोक्ष दिधला ।
आता नको रे तोंड लपवू ।।१।।
तू जर पावला नाहीस तर मी कुणाच्या तोंडाकडे पाहू?
(गौतमाची समाधी उतरते.)

गौतम : (क्रोधाविष्ठ होऊन) कुलांगरे, काय केलंस हे? माझ्या अनुपस्थितीत फायदा घेऊन तू त्या देवेंद्राशी रत व्हावंसं? अं? परपुरुषाकडून देहाची अशी विटंबना करून घेण्याऐवजी तू आत्मघात का नाही करून घेतलास? कुलटे, अशी कशी दुर्बुद्धी सुचली तुला? त्या चक्रवर्ती इंद्राच्या वैभवाने तुझे डोळे दिपावेत आणि तू माझ्यापाशी प्रतारणा करण्यास उद्युक्त व्हावीस— अं? माझ्यासारखा मुनी तुला क:पदार्थ वाटावा—अं! जारिणी, काय केलंस हे? हाय हाय गौतमा, तू फसलास रे फसलास! सुंदर स्त्री ही धारदार सुरी असते, ते विसरलास आणि जागत्या जीवाला जितेपणी जिवंत जाळून घेतलेस! या मूर्ख महामायेच्या मादक मोहजालात सापडलास आणि महान कुलास बट्टा लावून घेतलास! धिक्कार असो तुझा! गौतमा, हतभाग्या—एका जारिणीचा नवरा म्हणून तू मिरवणार! आजपर्यंत केलेले तप, ध्यान, जपजाप्य सारे मातीला की रे मिळवलेस! आजपर्यंत केलेल्या पुण्यसंचयाची एका य:कश्चित स्त्रीमुळे राखरांगोळी की रे केलीस? पापी स्त्रिये, जा—चालती हो—येथून तोंड काळे कर! माझ्या तप:सामर्थ्यांच्या जोरावर मी तुला शाप देतो की तू शिळा होऊन पडशील! तुझा हा सुंदर देह निमिषार्धात काळाकभिन्न दगड होऊन पडेल! ऐक अहल्ये, तुझे नाव उच्चारून मी माझी जिव्हा विटाळीत नाही. कुलटे, जा— तुझ्या सुंदर देहाला यापुढे केवळ लत्ताप्रहार खावे लागतील. स्वहस्ते तू आपला नाश ओढवून घेतलास! जा, चालती हो–
(कमंडलूतील पाणी फेकतो)

अहल्या : नाथ, नाथऽऽ नका असे कठोर होऊ! नाथ, मी अनंत अपराधी
आहे. क्षमा करा मला! नाथ, तुम्ही असे दूर लोटलेत तर मी
जाऊ तरी कोठे? नाही—याच पायाशी मी पडून राहणार...(पायावर
पडून गाणे म्हणते. गाणे संपेपर्यंत गौतम न हलता एकाच जागी
उभा राहतो.)
(चाल : कशी या त्यजु पदाला)
त्यजुनि जाऊ कशी मी नाथा? ॥धृ॥
(चाल बदलून)
कर हा तुमचा सदा असो करी।
स्वर्ग हवा मज, नरक नको तरी॥१॥
(पडदा पडतो)

नाट्यप्रवेश : स्त्री नावाची बेटी

(गौतमऋषींचा आश्रम. रंगभूमीच्या डाव्या बाजूस एक बैठक असून
त्यावर मृगाजिन आहे, मृगाजिनावर सुरकुत्या. भिंतीवर लटकविलेल्या शंकराच्या
तसबिरीला एक तडा गेला आहे. मृगाजिनाच्या डाव्या बाजूस पंधरा फुटांवर
एक मंचक. मंचकावरील चादर थोडीफार विस्कटलेली. उशीच्या कव्हरवरील
चित्रात बहिरी ससाणा व त्याच्या तावडीत सापडलेली एक चिमणी. मंचक
व मृगाजिनाची बैठक यामध्ये बाहेर जाण्याचा पॅसेज. या पॅसेजचे वैशिष्ट्य हे
की, यातून बाहेर जाता येते व आतही येता येते. पॅसेजच्या अलीकडे दहा
फुटांवर जमिनीवर पडलेली काही फुले. काही मलूल झालेली, काही चुरगाळलेली.
पडदा वर जातो तेव्हा अहल्या नामक सुंदर चेहऱ्याची तरुणी मंचकावर
एकटीच बसली आहे. तिच्या अंगावर साधी कॉटनची साडी. कॉटनचाच
साध्या बाह्यांचा ब्लाऊज. केसांत माळलेला, सैल झालेला गजरा. चेहऱ्यावर
शांत भाव. पॅसेजमधून गौतम येतो. हा अहल्येचा नवरा. तिशी उलटलेली.
शरीर भस्मचर्चित. मंचकापासून साडेसात फुटांवर उभा राहतो. डोळे मिटून
हातातला कमंडलू मृगाजिनावर ठेवतो,

अहल्या : (मुद्रेवर विस्मय, किंचित गोंधळ, स्वरात अनपेक्षित गोष्ट घडल्यावर

येतो तसा कंप, डोळे किंचित विस्फारलेले, ओठांची सूक्ष्म थरथर) तुम्ही? इतक्या लौकर आलात?

गौतम : (डोळे उघडतो. तिच्याकडे अविश्वासी नजरेने पाहतो. जणू तिला तो दृष्टीच्या पेल्याने पीत आहे. ओठांच्या कडेला घातलेली मुरड दाढीमिशीच्या जंजाळातून अस्पष्ट. मग स्मितहास्य करीत) मीच! का बरं?

अहल्या : (गडबडून जाते. बुचकळ्यात पडते. गाडी 'बिफोर टाइम' आल्यास प्रवासी जसा गोंधळतो तशी गोंधळते) पण तुम्ही आताच तर गेलात!

गौतम : (काहीसा अस्वस्थ होऊन) मी तर पहाटे स्नानास गेलो होतो!

अहल्या : (दिव्याची ज्योत हाताला लागल्याने मूल जसे दचकते तशी दचकून) मग ते कोण होते—आताच येथून गेलेले?

गौतम : (इकडे-तिकडे पहातो. अस्वस्थपणे फेऱ्या घालतो. त्या वेळी त्याच्या अस्वस्थ चेहऱ्यावर सर्चलाईट टाकणे आवश्यक आहे. डोक्यात काहीतरी प्रकाश पडतो. या वेळी प्रकाश त्याच्या डोक्यावर Concentrate होतो. हळूहळू प्रकाशाची प्रखरता नाहीशी होते, (क्रुद्ध स्वरात) म्हणजे? याचा अर्थ काय?

अहल्या : (गौतमच्या रोखाने साडेचार फूट पुढे जाते व पुन्हा दोन फूट मागे येते. चेहऱ्यावरचे डोळ्यांतले तेज विझले आहे. अर्धवट स्वत:शी)
मला वाटलं - मला वाटलं...

गौतम : (डोळ्यांत अंगार. लाल सर्चलाईट टाकणे आवश्यक. दहा पावले पुढे टाकून 'पिलो कव्हर' ओढून हातात घेतो. बहिरी ससाण्याच्या चित्राकडे नजर लावून) काय वाटलं तुला?

अहल्या : (कोरड्या ओठांवरून पुन्हा जीभ फिरवून निस्तेज नजरेने त्याच्याकडे पाहाते.) की-की—ते तुम्हीच आहात!
काहीतरी कोसळल्याचा आवाज, कुठेतरी काचेचा ग्लास पडतो व त्याचा खळकन् आवाज होतो. कडाड्दिशी वीज पडते. त्या

धक्क्याने भिंतीवरील तसबीर एका बाजूने निसटून लोंबकळू लागते. रंगपटामागे साऊंड इफेक्टसाठी परातीवर हातोडा मारणे जरूर. रंगभूमीवर प्रकाशाचे थरथरणारे झोत—हेलकावे घेणारे-)

गौतम : (बंदिस्त समुद्रासारखा. चोहोकडे जणू आगडोंब उसळला आहे. अंत:करणात हजारो सुरुंग पेटले आहेत. हाताच्या मुठी वळवून, संतापून) अहल्येऽ इतकं जीवन तुला... दगड ...तुझा होवो आता दगड–

अहल्या : (चेहऱ्यावर युगायुगाची व्यथा साकार झाली आहे. दोरी तुटलेल्या पतंगासारखी असहाय. विश्रब्ध, वादळात सापडलेल्या वेलीसारखी थरथरत) पण—पण पण...

(कोठेतरी कुत्रे केकाटल्याचा ध्वनी. अभद्र. अशुभ गोष्टीची सूचना देणारा. रंगभूमीवर प्रकाश हळूहळू लुप्त होत जातो. धूसर प्रकाश दिसतो तो केवळ अहल्येचा चेहरा व गौतमांचा कमंडलू. पडदा.)

'नाट्यप्रवेश निवड कमिटीने' कोणता प्रवेश निवडला, हे समजले नाही. काही अपरिहार्य कारणामुळे संमेलनात नाट्यप्रवेश बसविण्याचे रद्द झाले, एवढी वार्ता मात्र कानी आली!

❏❏❏

६. वंशाचा दिवा

फर्ग्युसन कॉलेज होस्टेल,
पुणे ४११ ००४.
ता २३-६-१९५९

ती. रा. रा. दाजीबा यांना,
बालके दत्ताजीरावाचा साष्टांग नमस्कार वि. वि.

आपणा सर्वांचा आशीर्वाद घेऊन मी येथे सुखरूप येऊन पोचलो. आल्यापासून येथे एकटे-एकटे वाटते. ती. सौ. आईची फार फार आठवण येते. तिच्या आणि तुमच्या फोटोचे दिवसातून दहादा दर्शन घेतो; मग मन थोडे शांत होते. कधी कधी वाटते की, शिक्षण नको, काही नको! पुन्हा रावेरला यावे, आपल्या मळ्यात सकाळ-संध्याकाळ हुंदडावे, कापसाची बोंडे तोडीत दिवसभर भटकावे; परंतु 'भावनेपेक्षा कर्तव्य श्रेष्ठ' असे आपणच मला सांगितले होते, ते लक्षात ठेवले आहे.

ती. सौ. आईस नमस्कार.
उत्तर पाठविणे.

आपला नम्र,
दत्ताजीराव.

रावेर

ता. २६ जून १९५९

चि. दत्ताजीराव यांना अनेकोत्तम आशीर्वाद, उपरि विशेष -

आपले पत्र पावले. आपली अस्वस्थता आम्हाला समजते, पण ढमाले घराण्याचा 'वंशाचा दिवा' म्हणून आपण फार मोठी मर्दुमकी गाजवायची आहे. शिकून मोठे व्हायचे आहे. ढमाले घराण्याचा नावलौकिक फार मोठा आहे. आपल्या पूर्वजांनी शिवाजीमहाराजांना पाहिले आहे. राजाराम जिंजीहून औरंगजेबाचा वेढा तोडून पळाला, तेव्हा ढमाले घराण्यातील पुरुषाने त्याला दार उघडून दिले होते. बाजीराव पेशव्यांनी हैदराबादकडे जाताना आपल्या शेतातील कणसे आणि मिरच्या खाल्ल्या होत्या व नंतर 'आपल्या शेतातील मिरच्या बहोत तिखट होत्या. खावोन संतोष जाहला,' असे पत्र पाठवले होते. आपण मोठे झालात म्हणजे हे पत्र दिल्लीला नेहरूंना नेऊन द्यावे. अस्तु.

सोबत मनिऑर्डर दोनशे रुपयांची केली आहे. जिवाला त्रास करून घेऊ नये. रोज संध्याकाळी लिंबाचे सरबत प्यावे, पित्त होत नाही. अभ्यास उत्तम करावा.

मंडळींनी आपल्याला आशीर्वाद सांगितला आहे.

कळावे, हे आशीर्वाद.

आपला,
दाजीबा.

पुणे

३०-६-५९

ती. रा. रा. दाजीबा यांना नमस्कार.

आपली मनिऑर्डर पोचली. येथे खर्च फार होतो. एका सिनेमाला दीड रुपया पडतो. रावेरला आपण तीन आण्यांत सिनेमा पाहात असू. इथे एका चहाला तीन आणे पडतात. परवा कोंबडी खाल्ली, तेव्हा पाच रुपये बिल झाले. आपल्या गावी पाच रुपयांत दोन जित्या कोंबड्या मिळतात.

इथले लोक फार फसवतात. परवा पानपट्टी घेतली आणि दहा रुपये दिले. उरलेले पैसे मागितले तेव्हा पानपट्टीवाल्याने माझ्याशी भांडण काढले आणि वर पुन्हा मलाच एक आणा द्यायला लावला. धोतर नेसले की मुले हसतात. कॉलेजात मुलीही आहेत. धोतर नेसले की, त्या चेष्टा करतात, असे समजले. रावेरला असतो तर चेष्टा करणाऱ्या मुलींना हंटरने फोडून काढले असते. येथे तसे केले तर मुलीही पायताण काढतात आणि कॉलेजातले मास्तर मुलींचेच कौतुक करतात. वर्तमानपत्रात अशा मुलींचा फोटोही येतो म्हणे! तात्पर्य, मला नवीन कपडे, पँटी शिवल्या पाहिजेत.

ती. सौ. आईस नमस्कार.

आपला नम्र,
दत्ताजीराव.

रावेर.
ता. ३ जुलै १९५९

चि. दत्ताजीराव यांना अनेकोत्तम आशीर्वाद. उपरि--

आपले पत्र पावले. वाचून खेद झाला. स्त्री-जातीकडून चेष्टा करून घेणे ढमाले घराण्याला लांच्छनास्पद आहे. खेद होतो तो यासाठीच की, ढमाले घराण्यातील माणसांनी आजवर विलायती कपडे अंगावर चढविले नव्हते. परंतु वेळवखत येईल तसे राहिले पाहिजे, असे दिल्लीकर नेहरू म्हणतात. विंग्रजी कपडे घाला; पण ढमाले घराण्याचा लौकिक विसरू नका. जिंजीचा प्रसंग आणि बाजीरावाचे पत्र विसरू नका. कुलदीपक आहात. घराण्याचे नाव काढा. नेहरूंनी शाबसकी दिली पाहिजे.

सोबत कपड्यांसाठी अडीचशे रुपये पाठवीत आहे. जपून राहा. जगात बहुतेक लोक बदमाष असतात. पुण्यातले तर सारेच! हुशारीने राहा.

मंडळींचा आशीर्वाद.

आपला,
दाजीबा.

पुणे,
ता. २०-७-५९.

ती. रा. रा. दाजीबा यांना नमस्कार,

मी खुशाल आहे. कपडे शिवून घेतले. बराच खर्च आला. एक-एक कापड पंचवीस रुपये वार सांगतात. रावेरला पंचवीस रुपयांत एक तागा येतो. अडीचशे रुपये पुरले नाहीत. दुसऱ्याकडून उसने घेऊन गरज भागवली.

फर्ग्युसन कॉलेजच्या होस्टेलपासून कॉलेज दीड मैल दूर आहे. चालत जाताना त्रास होतो. दमून जातो. मग अभ्यासात मन लागत नाही. सायकल घ्यावी म्हणतो. उत्तम सायकल पाचशेला मिळते, पण आपल्याला तेवढी नको. काटकसर केली पाहिजे. चारशे रुपयांची सायकलही असते.

ती. सौ. आईस नमस्कार.

आपला,
दत्ताजीराव.

रावेर
ता. १ ऑगस्ट १९५९.

चि. दत्ताजीराव यांना अनेकोत्तम आशीर्वाद. उपरि —

आपले पत्र पावले. ढमाले घराण्यातील कोणत्याही माणसाने पैशासाठी मागेपुढे पाहिले नाही. पाचशेची सायकल घेऊन टाक. मित्राचे पैसेही तत्काळ देऊन टाका. दुसऱ्याचे पैसे ठेवणे ढमाले घराण्याला मंजूर नाही. फसवाफसवी करू नये, न्यायाने वागावे, असे दिल्लीकर नेहरू म्हणतात; ते ध्यानी असू द्यावे.

सोबत सहाशे रुपये पाठवीत आहे.

मंडळींचा आशीर्वाद.

आपला,
दाजीबा

पुणे.
ता. १०-८-५९.

ती. रा. रा. दाजीबा यांना नमस्कार.

आपल्या आज्ञेप्रमाणे कालच सायकल घेतली आणि मित्राचे पैसेही देऊन टाकले. प्रोफेसरांनी आम्हाला 'लोग्यारिथम टेबल' विकत घ्यायला सांगितले आहे. त्याची किंमत फार आहे. दोन वर्षांपूर्वी म्हणजे माझे मॅट्रिकचे तिसरे वर्ष असताना, आपण चाळिसगावहून टेबल आणले होते, हे आपल्या लक्षात असेलच. त्या साध्याच टेबलाची किंमत साठ रुपये होती. मग 'लोग्यारिथम टेबला'ला दीडशे रुपये पडणारच. असो. आपण योग्य ती व्यवस्था करालच.

ती. सौ. आईला नमस्कार

आपला,
दत्ताजीराव.

रावेर
१७ ऑगस्ट १९५९

चि. दत्ताजीराव यांना आशीर्वाद.

दोनशे रुपये पाठवले आहेत. आपले ते विंग्रजी टेबल विकत घेणे. अभ्यास मन लावून करणे. त्याशिवाय माणूस पुढे येत नाही, असे नेहरूंनी परवा इंदूरला सांगितले आहे, ते ध्यानी ठेवणे.

आपला,
दाजीबा.

पुणे, २५-८-५९

ती. दाजीबा यांना नमस्कार.

आमच्या कॉलेजच्या निवडणुका आहेत. मित्रांनी मला आग्रह करून उभे केले आहे. निवडणुकीला उभे राहणे म्हणजे फार खर्च येतो. नवीन सूट शिवावा लागतो. झकपक कपडे घातल्याशिवाय मुली मते देत नाहीत, असा पुण्यातील नियम आहे, हे आपणास माहीत नसेल. मित्रांना सारखा चहा द्यावा लागतो. सिनेमात जाहिरात दाखवावी लागते. सिलोन रेडिओवरही एक आठवडा जाहिरात देणार आहे. आपल्या घरातल्या बॅटरीवरच्या रेडिओवर सिलोनच्या जागी खूण करून ठेवलेली आहे. तेथे सकाळी व रात्री जाहिराती असतात. मधून-मधून सिनेमातली गाणी लागतात. तेंथे जाहिरात दिली म्हणजे निवडून आलोच पाहिजे. बाकीचा खर्चही आहेच. आपण पैसे पाठवालच.

ती. सौ. आईस नमस्कार.

आपला,
दत्ताजीराव.

रावेर
ता. २८ ऑगस्ट १९५९

चि. दत्ताजीराव यांना अनेक अशीर्वाद.

आपण निवडणुकीला उभे राहिलात, हे वाचून डोळ्यांत पाणी आले. ढमाले घराण्याचा लौकिक वाढविण्यासाठीच आपला जन्म आहे, हे विसरू नका. या निवडणुकीत निवडून आलात म्हणजे दोन वर्षांत दिल्लीवर निवडून जाल आणि नेहरूंच्या खांद्याला खांदा लावून बसाल, असा ढमाले घराण्यातील सर्व पूर्वजांना स्मरून मी तुम्हाला आशीर्वाद देतो. मंडळींचाही तसाच आशीर्वाद आहे.

निवडणुकीसाठी पाचशे रुपये पाठवीत आहे. आणखी लागले, तर कळविणे. पण जीत झालीच पाहिजे.

आपला,
दाजीबा.

पुणे

ता. १५-९-५९

ती. दाजीबा यांना नमस्कार.

आनंदाची बातमी म्हणजे, मी निवडून आलो. आजच निकाल लागला. साऱ्या मुलींनी मलाच मते दिली. मी कॉलेजचे नाव उज्ज्वल केले, असे सारे जण म्हणाले. सर्व कॉलेजला पार्टी म्हणजे चहापाणी करावे लागले. खर्च फार झाला. अंदाजाबाहेर पाचशे रुपये खर्च आला.

यंदा कापसाचा हंगाम चांगला असेलच. वर्तमानपत्रात वाचले. आपल्या शेतीचे पीक किती आले आहे?

ती. सौ. आईस नमस्कार.

आपला,

दत्ताजीराव.

रावेर

ता. १८ सप्टेंबर १९५९

चि. दत्ताजीराव यांना अनेकोत्तम आशीर्वाद. उपरि-

आपले पत्र वाचून आनंद झाला. त्यापूर्वी रेडिओवर आपले नाव ऐकत होतो. आपण आपले नाव रेडिओवर गाजविले, म्हणून मंडळींच्या डोळ्यात पाणी आले. मंडळींची कूस धन्य झाली. माणसाने नेहमी पुढे यावे, ध्येयवादी असावे— असे नेहरू परवाच अलाहाबादला म्हणाले, ते ध्यानी ठेवावे. आपल्याच पूर्वजांनी जिंजी किल्ल्याचे दार उघडून दिले आणि बाजीरावाला कणसे-मिरची खाऊ घातली, त्या पुण्याईचे हे फळ आहे.

पीक चांगले आले आहे. सोबत सहाशे रुपये पाठवीत आहे. कालच कापूस जळगावला रवाना झाला. काळजी करू नये. अभ्यास करीत राहावे. निवडणूक जिंकलीत, परीक्षाही जिंकावी.

मंडळींचा आशीर्वाद.

आपला,

दाजीबा.

ता. क. : गणपतीच्या उत्सवात आपण गर्दीत मुलींची चेष्टा केलीत म्हणून आपल्याला पाच रुपये दंड झाला, असे पुण्याच्या वर्तमानपत्रात छापून आले आहे, हे खरे काय? कोडग्यांचा चंदू सांगत होता. माझा विश्वास बसत नाही. आपणच कळवावे.

आपला,
दाजीबा.

पुणे,
२५-९-५९

ती. रा. रा. दाजीबा यांना नमस्कार.
वि. वि.–

चंदू कोडगेला माज चढला आहे, म्हणून तो माझ्याबद्दल वाटेल त्या कंड्या पिकवतो. आयाबहिणींची चेष्टा माझ्याच्याने होणार नाही. चंद्या आठ वर्षे मॅट्रिक पास होत नाही. मी पाच वर्षांनी का होईना झालो, म्हणून तो माझ्यावर जळतो आहे. शिवाय त्याच्या त्या 'एक डोळा मुंबई, दुसरा डोळा मद्रास छाप' बहिणीशी मी लग्न करत नाही, म्हणून तो आणि त्याचा बाप माझ्यावर चिडले आहेत. असो.

कालच शेवटची दहा रुपयांची नोट मोडली. सहा आण्यांचा 'सनलाईट' आणला, बारा आण्याचे पेनचे निब खरेदी केले आणि उरलेले किरकोळ खर्च झाले. खर्चाला लौकर पैसे पाठविणे. ती. सौ. आईस नमस्कार.

आपला नम्र,
दत्ताजीराव.

पुणे,

२-१०-५९

ती. रा. रा. दाजीबा यांना नमस्कार,

आपली मनिऑर्डर पोचली.

मी दिवाळीला रावेरला येऊ शकणार नाही. निवडणुकीच्या गडबडीत माझा अभ्यास झाला नाही. सहामाही परीक्षेला बहुतेक बसणार नाही. दिवाळीच्या सुट्टीत राहिलेला अभ्यास पूर्ण करणार आहे. ती. सौ. आईला व तुम्हाला भेटण्याची इच्छा होती, परंतु नाइलाज आहे. तिला नमस्कार.

दिवाळीच्या सुट्टीत होस्टेलमध्ये राहण्यासाठी जादा पैसे भरावे लागतात. खाणावळीतही जादा पैसे द्यावे लागतात. मनिऑर्डर पाठविताना ही गोष्ट ध्यानी ठेवावी.

आपला,

दत्ताजीराव.

रावेर

ता. ४ डिसेंबर ५९

चि. दत्ताजीराव यांना अनेकोत्तम आशीर्वाद.

आपले बरेच दिवस पत्र नाही. दोन महिन्यांत एकच त्रोटक खुशालीचे पत्र आले. त्यामुळे काळजीत आहोत. अभ्यासात गढून गेला असाल; परंतु आठ दिवसांनी एखादे कार्ड टाकले तरी आम्हाला पुरते. तेवढाच जिवाला विरंगुळा.

मंडळींचे आपल्याला आशीर्वाद.

आपला,

दाजीबा.

रावेर

ता. ५ जानेवारी ६०

चि. दत्ताजीराव यांना दंडवत.

हो, आता आपल्याला दंडवतच घातले पाहिजेत! आपण आमच्यापेक्षा मोठे झालात ना! आम्ही तुमच्यावर भयंकर रागावलो आहोत. अरे, आहे काय प्रकार हा? काय चालवलंय तुम्ही लोकांनी पुण्यात?

परवा भानू कोडग्याबरोबर मुंबईला गेलो होतो—भानूला मोटरसायकल घ्यायची होती म्हणून. वेळात वेळ काढून पुण्याला आलो—आपण दिवाळीतही आला नाहीत म्हणून आपणास भेटण्यासाठी, परंतु आपण खोलीवर नव्हतात. आपली खोली कॉलेजपासून लांब आहे, हेही आपण खोटेच लिहिलेत ना?

आपल्या खोलीवर आपले मित्र चिटणीस होते—साताऱ्याकडले. आपण रावेरला गेल्याचे ते म्हणाले. ते ऐकून आम्हाला आश्चर्य वाटले. यापूर्वीही दोनतीनदा आपण रावेरला गेला होता, असे ते म्हटल्यावर आम्ही फारच संतापलो आणि भानू कोडग्याची करमणूक झाली. त्याच्यापुढे मला मान खाली घालावी लागली. आपल्या टेबलावर विंग्रजी नट्यांचे घाणेरडे फोटो पाहून लाज वाटली. माझा आणि मंडळींचा फोटो त्या फोटोंच्या गर्दीत शोभत नसेल म्हणून आपण बहुधा तो फेकून दिला असावा. आपले बायकी कपडे पाहून आम्हाला किळस वाटली. कोपऱ्यातली सिगारेटची थोटके पाहून आम्ही डोळे मिटून घेतले.

ढमाले घराण्यात असे कोणी केले नाही. स्वत:ची पत्नी आणि काही अंगवस्त्रे सोडल्यास ढमाले घराण्यातील साऱ्या पुरुषांनी परस्त्रीला आया-बहिणींसमान मानले. डोक्याला फेटा, अंगात बाराबंदी आणि धोतर असा पुरुष मंडळींचा थाट असे. ढमाले घराण्यातील पुरुषांनी फुलाफुलांची बायकी बाराबंदी घातली असती, तर त्यांनी उघडलेल्या दारातून राजाराम बाहेर पडला नसता आणि ढमाले घराण्यातल्या पूर्वजांनी नागव्या बायकांचे फोटो जमवले असते, तर बाजीरावांनी आपल्या शेतातल्या मिरचीला हात लावला नसता, हे आपण विसरू नका! तरुण लोक हे भारताच्या आधाराचे खांब आहेत, असे परवा कलकत्त्याला नेहरू म्हणाले; ते सदैव ध्यानात असू द्या.

आपल्या खोलीतून मी लगेच बाहेर आलो. तत्काळ मुंबईला गेलो आणि आज रावेरला पोचलो. आपण कोठे भटकत असता, काय करता, हे मला समजत नाही. आपल्याला मी काही कमी केले नाही. पैसे वेळेवर पाठवले. मग हे आहे काय?

मंडळींचा आशीर्वाद.

आपला,
दाजीबा.

ती. रा. रा. दाजीबा यांना सा. नमस्कार वि. वि. -

आपले पत्र वाचले. सातारा-पुण्याकडील विद्यार्थी आपल्या भागाकडल्या विद्यार्थ्यांना कसे पाण्यात पाहतात, हे आपल्या ध्यानी आले असेलच.

मी त्या दिवशी पुण्यात नव्हतो, ही गोष्ट खरी आहे. कॉलेजच्या एका महत्त्वाच्या समारंभासाठी पाहुण्यांना आमंत्रण देण्यासाठी मला प्रिन्सिपॉलनी मुद्दाम मुंबईला पाठविले होते, परंतु माझी खोली बंद होती. तिची किल्ली माझ्याकडे होती. आपण ज्या खोलीत शिरलात, ती खोली माझी नव्हती. मी निवडून आलो म्हणून चिटणीस माझा द्वेष करतो. त्याने साऱ्या थापा दिल्या. कॉलेजबद्दल तुम्हाला कळवायचे राहूनच गेले. आमच्या कॉलेजने दोन महिन्यांपूर्वी जागा बदलली. सध्या ते आमच्या हॉस्टेलजवळ आले आहे.

आपण दिलेले पैसे मी जपून खर्च करतो. पै-पैचा हिशेब ठेवतो. इतर मुले चैन करतात, बापाला फसवतात, बनवतात. मी अडीचशे रुपयांत काटकसरीने राहतो. माझ्यावर विश्वास ठेवा. ढमाले घराण्यातील प्रत्येक पुरुषाने आपल्या मुलावर विश्वास ठेवला होता.

ती. सौ. आईला नमस्कार.

आपला नम्र
दत्ताजीराव,

रावेर,

ता. १५ जानेवारी १९६०

चि. दत्ताजीराव यांना अनेक आशीर्वाद.

आपल्या पत्राने माझा गैरसमज दूर झाला. ढमाले घराण्यातील पूर्वजांची आपल्यावर नजर असल्यावर आपल्या हातून गैरवर्तन होईल तरी कसे?

दुसऱ्या बाजीरावाचा आपसातील दुहीमुळे नाश झाला, हे त्या चिटणीसाला सांगा. आपसातील भांडणामुळे चिनी लोकांचे फावले, असे परवा दिल्लीकर नेहरू मुंबईला म्हणाले, ते चिटणीसाने वाचले नाही काय?

अभ्यास जोरात करावा. मंडळींचा आशीर्वाद.

आपला,

दाजीबा.

पुणे,

१७-४-६०

ती. रा. रा. दाजीबा यांना नमस्कार,

पत्र लिहिण्यास कारण म्हणजे काही कारणास्तव मी परीक्षेला न बसण्याचे ठरविले आहे. चिटणीसने आणि त्याच्या मित्रांनी मला गेल्या काही दिवसांत हरतऱ्हेने छळले. वह्या पळवून नेल्या. मी इंग्रजीचा व मराठीचा क्लास जॉइन केला होता. त्यामुळे कॉलेजला जायला वेळ मिळत नसे. यात माझा काय दोष? पण त्यामुळे प्रोफेसरांनी माझी टर्म कॅन्सल केली आहे. एका प्रोफेसरने मी त्याचे गाईड वापरीत नाही म्हणून माझ्यावर डूख धरला आहे. मग अशा परिस्थितीत परीक्षेला बसून काय उपयोग?

पुण्याचे लोकच एकंदरीत कुजक्या स्वभावाचे. त्यांचा स्वभाव माणूसघाणा आहे. आपसात द्वेष फार. कुणाचे बरे झालेले पाहवत नाही. माझ्यासारखा दूरच्या खेड्यातील विद्यार्थी चांगला शिकतो आहे, प्रामाणिकपणे वागतो आहे, हे त्यांना पाहवले नाही. चांगुलपणाला जगात किंमत नाही. निदान पुण्यात तरी नाही. पुढल्या वर्षी मी मुंबईला राहायचे ठरवले आहे. पुन्हा पुण्याचा वारा नको.

मी आठ दिवसांत रावेरला यायला निघतो आहे. निघण्यापूर्वीच बरीच बिले भागवायची आहेत. मानसिक त्रास झाल्यामुळे डॉक्टरचे बिल फार झाले आहे. पाचशे रुपये पाठविणे. प्रत्यक्ष भेटीत बोलूच.

ती. सौ. आईला नमस्कार.

आपला नम्र,
दत्ताजीराव.

माधवाश्रम, मुंबई.
ता. २१-६-१९६०.

ती. रा. रा. दाजीबा यांना, बालके दत्ताजीरावाचा साष्टांग नमस्कार वि. वि. -

आपणा सर्वांचा आशीर्वाद घेऊन येथे सुखरूप पोचलो. आल्यापासून येथे एकटे-एकटे वाटते. ती. सौ. आईच्या व तुमच्या फोटोंचे दिवसातून दहादा दर्शन घेतो. मग मन थोडे शांत होते. कधी कधी वाटते की, शिक्षण नको, काही नको; पुन्हा रावेरला यावे. परंतु 'भावनेपेक्षा कर्तव्य श्रेष्ठ' असे नेहरूंनी म्हटल्याचे आपण मला पुन:पुन्हा सांगितले होते, हे लक्षात ठेवले आहे. ढमाले घराण्याचे नाव उज्ज्वल करण्याची जबाबदारी माझ्यावर आहे, हे मी पूर्णपणे ध्यानी ठेवले आहे.

ती. सौ. आईस नमस्कार.

उत्तर पाठविणे.

मुंबईस महागाई खूपच आहे, ही गोष्ट लक्षात ठेवणे व त्या हिशेबात पैसे पाठवणे.

आपला नम्र,
दत्ताजीराव.

❏❏❏

७. माझ्या (अप्रकाशित) काव्याची भूमिका

काव्याचा मला बालपणापासून छंद, त्यामागे थोडा इतिहास आहे. आमच्या 'नगर वाचनालयात' कथा कादंबऱ्यांची पुस्तके कधीच मिळत नसत; क्वचित मिळालीच तर त्यांची सुरुवातीची व शेवटची पाने फाटलेली असत. यामुळे नायक-नायिकेचा परिचय बस स्टँडवर की दूध केंद्रावर आणि त्यांच्या प्रेमाची परिणती कृष्णेच्या पुरात झाली की, मॅटर्निटी होममध्ये, हे अखेरपर्यंत मला गूढच राही. त्यामुळे कादंबरीच्या वाटेला जायचे धारिष्ट्य मी सहसा करीत नसे. त्या मानाने काव्यसंग्रहांना मागणी कमी. ते केव्हाही मागितले तरी मिळतात. अगदी नवे कोरे. वरची धूळदेखील झाडलेली नसायची! मराठी वाचकांच्या काव्याबद्दलच्या या बेफिकिरीत माझ्या काव्यप्रेमाचा उगम आहे. (एरवी काव्याचे हलाहल पचवायची कोणाची ताकद आहे?)

काव्यवाचनाकडून मी काव्यनिर्मितीकडे कसा झुकलो हे माझे मलाच समजले नाही. माझे काव्यवेड पाहून 'हा केयूर आपल्या साठे घराण्याचं नाव काढणार' असे माझे दिवंगत काका (त्या वेळी ते जिवंत होते) जरी कौतुकाने वारंवार म्हणत, तरी माझ्यात काव्यनिर्मितीची प्रतिभा आहे हे मला स्वत:ला बराच काळ कळले नाही. कस्तुरीमृगाला

तरी कुठे माहीत असते, आपल्या नाभीत कस्तुरी आहे हे? किंवा एखाद्या भुक्कड संपादकाला कुठे ठाऊक असते आपल्याला अग्रलेख लिहिण्याची अक्कल नाही हे? ही अज्ञानाची कक्षा भेदून मी जेव्हा बाहेर पडलो तेव्हा केशवसुतांनी यच्चयावत कविवर्गाला बहाल केलेली 'पद्यपंक्तीची तरफ' माझ्या हाती गुंतून पडल्याचा दिव्य साक्षात्कार मला झाला. ही जाणीव झाली तेव्हा मी माझा राहिलो नाही. समस्त मराठी रसिकगण माझ्यावर हक्क सांगतो आहे, अशी गोड स्वप्ने मला पडू लागली. ही नवी जाणीव माझ्या कवितेत प्रकट झाल्यावाचून कशी राहील? मी नशेतच (अर्थात काव्याच्या) लिहून गेलो,

'मी श्वासाविण गुदमरतो
मी सूत्राविण भिरभिरतो
मी अवकाशामधि उलटासुलटा फिरतो!
मी पावसाळ्यातिल छत्री
मी वैशाखातील रात्री
अन् प्रतिभारूपी शिंप्याची मी कात्री!
मी अभाविकाचा भाव
मी अथांगतेचा थांग
धूमकेतूची उजवीकडची टांग!'

अर्थदृष्ट्या सघन असलेल्या या कवितेत नवजात अर्भकाचा टाहो आहे, तारुण्याची चाहूल लागलेल्या नवयौवनेच्या सलज्ज गालावरील न फुटलेल्या पुटकुळ्या आहेत आणि वयात येऊ लागलेल्या पोराच्या ओठावरील मिशांची लव पण आहे.

काव्याची कुऱ्हाड माझ्या हाती आली आणि बाल-वॉशिंग्टनप्रमाणे मी ती दिसेल त्यावर चालवू लागलो. 'जीवन म्हणजे खिडकी आहे, जीवन म्हणजे एस. टी. ची बस आहे,' यांसारख्या कसल्याही उपमा जीवनाला देऊन त्या सिद्ध करण्याइतकी धमक माझ्या अंगी निर्माण झाली. विवाहप्रसंगी मंगलाष्टके करणे मला मुंडावळ्या बांधण्याइतके सोपे वाटू लागले. वराचे नाव मधुकर असले आणि वधूचे नाव ठकू असले तरी काव्यापुरते मी तिला

'कुसुम' अगर 'सुमन' बनवू लागलो आणि –

'घे घे चाखुनि तू मधु मधुकरा सानंद पुष्पांतला!'

अशा ऐंद्रिय भावनेचे ठिगळ काव्यगोधडीला कटाक्षाने जोडू लागलो.

शेजारच्या विष्णुपंतांनी आमच्याकडून परतफेडीच्या बोलीवर तीनशे रुपये नेले होते; परंतु आमच्या तगाद्यामुळे म्हणा किंवा न्यूमोनियाने म्हणा, पैसे परत करण्यापूर्वीच ते निजधामास गेले. त्या वेळी मी केलेल्या उपरोधिक शोकगीताने आमच्या कुटुंबातील चर्चेची शेकोटी कित्येक दिवस पेटत ठेवली होती.

'विष्णुपंत कसले मेले?
कर्जरूपाने जिते राहिले!'

हे त्याचे ध्रुपद असल्याचे मला आजमितीस स्मरते.

मॅट्रिकच्या फॉर्म परीक्षेतील पेपरात इंग्रजी उताऱ्याचे मराठीत काव्य-स्वरूपात भाषांतर केल्यामुळे आमच्या राजाज्ञेमास्तरांनी आम्हाला नापास केले. त्या वेळी चिडून न जाता मी 'नापास झालेल्याचे गर्वगीत' लिहिले. या गीतात राजाज्ञेमास्तरांना मी दिलेली खडी सलामी माझ्यासारख्या अनेक अनुत्तीर्ण विद्यार्थ्यांच्या कौतुकाचा विषय झाली होती.

'तुझ्या कृष्ण ओठातले रक्त प्यावे
तृषेने तुझा कोरडा बा गळा!'

असे तळतळून उद्‌गार काढून, अखेरीस अनिर्बंध मुक्त जिण्यावर अधिकार सांगणाऱ्या माझ्यासारख्या स्वाभिमानी कवीला शोभेल अशा थाटात मी त्यांना इशारा दिला होता–

'नको क्षुद्र उपकार तो दुर्बलांचा
अनुत्तीर्ण होणे मला साहवे!'

माझे काव्य झपाट्याने बाळसे घेऊ लागले होते. शोकगीते, मंगलगीते, गर्वगीते, उपरोधगीते अशी विविध बाळलेणी ते अंगावर चढवीत होते. पुढे कॉलेजमध्ये आलो, तेव्हा वयपरत्वे शृंगारिक प्रेमगीतांत माझी अस्मिता रमू लागली. माझ्या कविता अधिकाधिक घाटदार होऊ लागल्या. माझ्या नकळत, म्हणजे एखादा खादीदारी लुंगासुंगा काँग्रेसवाला एकदम मंत्री-उपमंत्री बनावा

ना, तशा! बी. ए. मधल्या रत्ना मनोहरवर मी केलेली कविता पाहा -

‘हातातली मनीबॅग
गूज मनीचे लपवी
‘पाँड्स’ आणि ‘अफगाण’
साऱ्या उणिवा छपवी’

पहिल्या दोन पंक्तीतील ‘मनी’ची खुबी रसिकवरांनी अवश्य ध्यानी घ्यावी आणि धन्य व्हावे.

कॉलेजमधील प्रदीर्घ मुक्कामात मी अनेक मुलींच्या प्रेमात पडलो— फळाची अपेक्षा न धरता, केवळ प्रेमासाठी प्रेम म्हणून. अनुभूतीचे विश्व विशाल करावे, या एकाच शुद्ध हेतूने. प्रेमभंग झाल्यानंतर मनाला येणारा पीळ अनेक हृदयविदारक काव्यांना जन्म देई. तीव्र निराशेच्या अग्नीवर कवितेची हंडी चांगली भाजून निघते, हेच खरे! बटणे नसलेला शर्ट, तेल नसलेले केस आणि दाढीचे वाढलेले खुंट, हे माझे प्रेमभंगोत्तर रूप काव्य-देवतेला अधिक आकर्षित करते, असे माझ्या अनेकवार प्रत्ययास आले.

‘तू म्हणालीस–
ये!
म्हणून मी आलो
आता कशाला ‘जा’ म्हणून सांगतेस?
तू म्हणालीस–
बस!
म्हणून मी बसलो
आता कशाला ‘ऊठ’ म्हणून सांगतेस?
तू म्हणालीस–
‘चालता हो!’
कसा होऊ?
आता मी फार पुढं गेलो आहे गं!’

या ‘चौघडा’ मासिकाकडून परत आलेल्या (लौकरच ते मासिक बंद पडले. विनाशकाले विपरितबुद्धी! दुसरे काय?) माझ्या ‘आता कशाला’

नामक कवितेत आत्मनिष्ठेचा कडवट अर्क आहे, पराभूत व्यक्तित्वाची प्रमाथी डूब आहे. म्हणून ती प्रत्ययकारी वठली आहे. अनेक कॉलेजकुमारांना ती वाचून पुन:प्रत्ययाचा आनंद लाभेल, अशी मला खात्री आहे.

मनाच्या या हळव्या, स्वप्नील स्थितीत माझ्या मनातला विदूषक मधून-मधून डोके वर काढल्याखेरीज रहात नसे. नेणिवेच्या विश्वात तो दडून बसला होता खरा; परंतु वास्तवतेच्या बोथट प्रेरणांनी त्याची मानगूट पकडली की तो आपले खरे स्वरूप प्रकट करण्याची घाई करी. मुद्दा स्पष्ट करण्यासाठी एकच उदाहरण देतो. एफ. वाय. मधील वत्सला कर्णिक— मी तिच्याबरोबर दोनचारदा नापास झालो, एवढ्याच पुण्याईच्या जोरावर माझ्यावर प्रेम करण्याचे धाडस करू लागली. तिने मला प्रेमपत्रे पाठविली, तेव्हा मी तिला दिलेले काव्यमय उत्तर मोठे परिणामकारक आणि वास्तवतेचे नग्न दर्शन घडविणारे आहे.

'नकटे नाक
सरळ हवे होते
आहे त्याहून...
रंग पुष्कळच
गोरा हवा होता
आहे त्याहून...
उंची जरा
अधिक हवी होती
आहे त्याहून...
रुंदी जरा
कमी हवी होती
आहे त्याहून...
डोक्यातला स्क्रू
घट्ट हवा होता
आहे त्याहून...
प्रेम करताना
अक्कल हवी होती

आहे त्याहून...'

या माझ्या आशयघन काव्याचा प्रभाव पडला. महिन्याभरात तिच्या लग्नाची पत्रिका माझ्या हाती पडली! या माझ्या दृश्य यशामुळे मी हुरळलो. जीवनात प्रेमभंग, प्रेमचेष्टा पाहून काहीतरी अधिक हवे, असे वाटू लागले. अनुभूतीची लक्ष्मणरेषा जाचू लागली. ज्ञानविश्वाची चौकट मी लेखणीच्या हातोडीने मोडू लागलो. निसर्गाची स्पंदने हृदयस्पर्शक वाटू लागली. जुन्या संकेताच्या खुंटीवर निसर्गवर्णनाची गाठोडी टाकून ठेवणे मनाला रुचेना. पर्णांच्या सळसळण्याला सुगंध येऊ लागला, रस्त्यावरून जाताना एखाद्या सुंदरीने टाकलेल्या नाजूक कटाक्षातून कसलातरी परिचित आवाज येऊ लागला. या ऐंद्रिय संवेदना शब्दरूप घेत तेव्हा त्यातून वेगळीच संगती निर्माण होई-

'तुझी पाच बोटे स्पर्शता माझ्या गालांना
उठू लागल्या माझ्या नसानसांतून
खारट-कुबट-नारिंगी झिणझिण्या--'

या ओळीतील झिणझिण्यांना रंग आहे, गंध आहे, चव आहे. ऐंद्रिय संवेदनेचे हे शब्दरूप किती हुबेहूब आहे, ते तत्सम अनुभव असलेल्याला जरूर विचारावे.

जुन्यापुराण्या संकेताविरुद्ध बंडाचा झेंडा उभारणारी माझी ही आणखी एक कविता पाहा—

'उन्हाचे गोजिरवाणे पाडस
लुचू लागते आभाळाच्या स्तनांना
उकाड्याचा जांभळा बोका
दबा धरून बसतो थिरकत्या तावदानापाशी
लेजर बुकातील आकड्यांची गुंतवळ
विंचरतो मी लेखणीच्या कंगव्याने
पलीकडे बसलेली लचकती स्टेनो
टाईपते एक बदामाचे चित्र.'

उपरोक्त पंक्तींत अंतर्भूत असलेल्या नवकल्पना काय दर्शवितात?

उकाडा आणि जांभळा रंग, गुंतवळ आणि कंगवा यांना करू म्हटले तरी वेगळे करता येत नाही! थिरकते तावदान आणि बदामाचे चित्र या चपखल प्रतिमांनी काव्याची खोली (Depth) वाढली आहे, हे कोणताही नव-संपादक कबूल करील.

काव्यनिर्मितीच्या अशा अवस्थेत कुठल्याही बाह्य तंत्रानुसार लेखन होत नाही. कवितेच्या लांबी-रुंदीची मापे नववधूप्रमाणे लाथाडणे अपरिहार्य होऊ लागते. शेकडो ओळींच्या कवितेपासून–

'नव्हती लिहिली तुजवर कविता
आजही नाही लिहिली
पुढेही कधी लिहिणार नाही!'

एवढ्या छोट्या कवितेपर्यंत मुक्त संचार सुरू होतो. वरील छोट्या कवितेचे शैक्षणिक महत्त्व जाता-जाता सांगावेसे वाटते. भूत, वर्तमान व भविष्य या तिन्ही काळांची उदाहरणे देण्यासाठी वरील कवितेतील तिन्ही ओळींचा उपयोग दुय्यम शाळांतील शाळामास्तरांना करता येईल.

प्रत्येक अनुभवाचे स्वतंत्र असे व्यक्तित्व असते. कविता लिहिताना होणाऱ्या प्रक्रियेप्रमाणे तिचे रूप ठरत असते; तिचा आकार ठरत असतो. वेगवेगळ्या स्तरांवरचे अनुभव वेगवेगळ्या तऱ्हेने व्यक्त होतात, हे रशियन कवी मि. जातोस्कीनाहीस याचे उद्‌गार सार्थ वाटावेत.

'तुझा-माझा सहवास
लग्नाआधी गोड मध,
लग्नानंतर झाला
जणू नासलेले दूध!'

ही वास्तवतेची यथार्थ अभिव्यक्ती एका आगळ्या अनुभूतीच्या स्तरात बोट (अगर नाक) खुपसते. विवाहानंतर माझी कविता अधिकाधिक व्यावहारिक पातळी (level) वर उतरली. तिला एक नवी जाग (Consciousness) आली. केवळ कृत्रिम (artificial) झग्यात (frock) गुरफटून बसणे तिला आवडेना. त्यानंतर केलेल्या माझ्या कविता रचनादृष्ट्या सुश्लिष्ट झाल्या असतील; पण माझ्या मनाच्या वारुळात वास्तव्य करणारा संसारतापाचा नाग

(Cobra) कधी आपला फणा उभारून वाचकांना डंख मारील याचा माझा मलाच विश्वास वाटेना. नंतर वाचक (reader) माझ्या कविता क्वचित हाती घेऊ लागले, त्याचे कारण हेच.

नायलॉनच्या नितळ पोलक्यातून तलम पाठीवर रुतणारा आतल्या ब्रेसियरचा पत्र्याचा हूक स्पष्ट दिसावा तद्वत् वरच्या फसव्या आवरणातून माझी मनोवेदना कवितेत अपरिहार्यपणे साकारत असलेली वाचकांना दिसू लागली.

'हिमालय जिंकण्याची आकांक्षा होती
चाळीचा जिनाही चढवेना -
आसमंत प्रकाशित करावा वाटे
लाइटचे बिलही भरवेना!'

ही काळीज कुरतडक विफलता माझ्या अनेक कवितांत डोकावलेली दिसेल. 'तुझ्या स्मृतीची गांधीलमाशी', 'आमची धाव कॅप्स्टनपासून चारमिनारकडे', 'जीवनाचे फुटके मडके' यांसारख्या माझ्या अप्रकाशित कविता जिज्ञासूंनी माझ्या हस्तलिखित काव्यसंग्रहातून जरूर उतरून घ्याव्यात. मराठी काव्यातील विफलतेवर कोणी पुढे-मागे प्रबंध लिहिला, तर तळटीपांसाठी त्यांचा उपयोग झाल्याशिवाय राहणार नाही.

काव्य म्हणजे सहजस्फूर्त उद्‌गार. त्यापासून अस्सल कवीला विन्मुख कसे होता येईल? एकदा दुपारी मी विमनस्क (की उन्मादक?) स्थितीत जाजमावर लोळत पडलो असताना आमच्या सौभाग्यवतीचा पाय मला लागला, तेव्हा "खूर लागला –" या ओळी सहजासहजी तोंडातून बाहेर पडल्या. (त्या ऐकल्यानंतर सौभाग्यवतीने जो रुद्रावतार धारण केला, त्यामुळे त्या खुरांवरच मला नतमस्तक व्हावे लागले, ही गोष्ट निराळी!) या कलात्मक अपरिहार्यतेचे माझ्या अर्धांगाला काय होय? कन्फ्युशिअसच्या झग्यावरील कशिदा जसा उसवला तसा आमच्या मनाच्या अभ्रावरला बौद्धिक संसाराचा कशिदा कधीच उसवला गेला आहे! इजिप्तच्या पिरॅमिडप्रमाणे ते स्वप्न कधीच उद्‌ध्वस्त झाले आहे, कोलमडून पडले आहे. अस्तु. पुनर्जन्मावर माझा विश्वास आहे. या जन्मी नाही जमले तरी...

माझी प्रतिमा बहुरंगी आहे, बहुभाषी आहे. 'बिलवालेऽऽ अब तेरे गली तक आ पहुंचे!' हा माझ्या अतींद्रिय संवेदनेने केलेला राष्ट्रभाषिक आक्रोश माझ्या काव्याचे बहुढंगी सामर्थ्य व्यक्तवितो. माझ्यासारख्या मासिक एकशेपंधरा रुपयेवाल्या कारकुनाच्या रंध्रारंधांत भरून राहिलेली देणेकऱ्यांविषयीची भीती, साहेबाविषयीची धास्ती आदी चैतन्याची निगूढ निःश्वसिते माझ्या रोमारोमांतील प्रतिमेला हळुवार स्पर्श करतात; तेव्हा माझी कविता व्यंजनेचा सामर्थ्यवान सूर काढते. सौभाग्यवतीने कालच बंबात टाकलेल्या 'साहेबास' या कवितेत म्हटल्याप्रमाणे, 'लावतो तुझीच वाट, ही बघत दिवसरात' एवढे लिहिण्याइतके तरी सामर्थ्य माझ्या सहा आणेवाल्या पेनमध्ये आले, हे कशाचे प्रत्यंतर?

असो. विषय वाढत चालला. डॉक्टरच्या बिलासारखा. त्याला आवर घातला पाहिजे.

अखेरीस एक प्रश्न उरतो. मी काव्य का लिहितो? नसते लिहिले, तर फारसे बिघडले असते काय? मोठा कठीण आहे प्रश्न. 'झिरझिरीत वस्त्रे का पेहरता' असे आजकालच्या कॉलेजकुमारींना कुणी विचारले आहे काय? 'पातळाचा पदर तुम्हाला अडचणीसारखा का वाटतो,' हा सवाल एखाद्या प्रौढ कुमारिकेला टाकायचा असतो काय? सुमार चेहऱ्याच्या पोरी वयात आल्या म्हणजे भाव का खातात व वय जात चालले की, सापत्य बिजवराच्यादेखील गळ्यात का पडतात? या सर्व प्रश्नांना उत्तरे नाहीत. हे प्रश्न कुणी विचारू नयेत आणि त्यांची उत्तरे कुणी देऊ नयेत.

आज मराठी कविता नवनव्या जाणिवांच्या परिणामांचा प्रेरणादर्शक आलेख काढण्यात निमग्न झाली आहे. माझी कविताही ह्याला अपवाद नाही. जेव्हा जगाचा प्रलयकाल येईल आणि जगातील यच्चयावत् कवितांची पाने वादळात सापडून इतस्ततः भरकटू लागतील, तेव्हा त्यांत माझ्याही कवितांच्या चारदोन पत्रावळी असतील, असे नम्रपणे नमूद करून मी रसिकवर्गाची रजा घेतो.

❏❏❏

८. आहेर : एक देणं-घेणं

तसे पाहिले तर 'आहेर' हा प्रकार पुरातनकालीन आहे. मनुस्मृतीत आणि भगवद्गीतेत त्याचा उल्लेख सापडतो. गीतेतील तेराव्या अध्यायातील बेचाळिसावा श्लोक आठवत नाही, पण त्याचा आशय असा : 'हे धनुर्धर पार्था, लग्नातील वधुवरांना पाहण्याची उत्सुकता असूनदेखील आहेर द्यावा लागेल, या भीतीने जसे बहुसंख्य लोक विवाह समारंभाला जायला कचरतात, तद्वत् मृत्यूविषयी औत्सुकता असूनही मर्त्य मानव आप्तपरिचितांच्या सहवासाला वंचित होऊ या भीतीने मृत्यूला कवटाळायला मागेपुढे पाहतात.' (सदरहू श्लोक गीतेच्या अलीकडील आवृत्त्यांतून नजरचुकीने गाळला गेला असल्याचे पाहून सखेद आश्चर्य वाटते.)

इतिहासकालीन बखरीतही आहेराचे शेकडो उल्लेख आढळतात. सखारामबापूंची कन्या दुर्गावती हिच्या विवाहाचे वर्णन करताना बखरकार घारो निळो म्हणतो, 'तद्नंतर सरदार मानकऱ्यांनी समागमे आणिलेला आहेर वधूस अर्पिला. वधूचे मातुल बापू पुरंधरे, रामो हरो आदींनी वाक्या, तन्मणी, बुगड्या, लफ्फे सोनियाचे आणिले. मातब्बरांनी हिऱ्याचे जवाहिर दिधले. तेणेकरून खाशा स्वारीस संतोष होऊन आहेर आणिले यांची जातीने चौकशी केली व भोजनास

ठेवून घेतले. वरकड पाहुण्यांना विडे देऊन निरोप दिधला...' तत्कालीन समाजाचे आणि धूर्ततेचे चित्रण वरील उताऱ्यात पाहावयास मिळत नाही काय?

अशी ही पूर्वापार चालत आलेली रूढी आजतागायत कायम आहे. अनेक विवाहसमारंभांत आणि मौजबंधनप्रसंगी 'आहेर' या संस्थेला महत्त्वाचे स्थान आहे. केवळ 'खानदानकी इज्जत मिट्टीला मिळू नये' म्हणून अनेक इनामदार-जहागिरदारांनी घरदार विकून पाहुण्यांना आहेर दिले आहेत आणि आपले आधीच पोखरले गेलेले घर पार धुळीला मिळवले आहे. आहेराची टांगती तलवार डोक्यावर असल्यामुळे अनेकांनी समारंभाला हजर राहण्याचे टाळले आहे आणि समारंभाचा ठेचाठेच गर्दीचा 'कुंभमेळा' होऊ न देण्यास अप्रत्यक्ष हातभार लावला आहे. एरवी गळ्यात गळा घालून 'गुड लक'मध्ये एक चहा दोघांत पिणारे जिवश्चकंठश्च मित्र— पण त्यातील एकाचे लग्न ठरू द्या, दुसरा त्याला वचकू लागलेला आणि नेमका लग्नाच्या दिवशी आजारी पडलेला अगर 'अपरिहार्य' कारणामुळे बाहेरगावी गेलेला दिसेल.

इतरांचे कशाला, माझेच उदाहरण घ्या. मे महिन्यात साऱ्या मंगल कार्यालयात आनंदीआनंद असतो; पण माझ्या पोटात मात्र गोळा उठतो. या महिन्यात पोस्टमन रोज नियमितपणे नवनव्या 'शरीरसंबंधा'ची रंगीबेरंगी 'डिक्लेरेशन्स' आणून टाकीत असतो. लग्नानंतर मॅटर्निटी होममध्ये पोचवण्यासाठीच तेवढी बायकोला सोबत करणारा संसारी गृहस्थ चक्क बायकोला बरोबर घेऊन आपल्या मामेभावाच्या व चुलतबहिणीच्या विवाहाचे अगत्यपूर्वक आमंत्रण देण्यासाठी आपल्या घरी पायधूळ झाडतो, ती याच हंगामात. घरात आमंत्रणपत्रिकांचे ढीग पडतात आणि एका आमंत्रणाला पाच रुपये या माफकदराने माझा पुरा पगारही अपुरा पडतो. कडक उन्हाळा असूनही मी पाणी पिईनासा झालो की आई विचारते, 'बाळ केयूर, पाण्यातसुद्धा तुला आहेर दिसतो की काय रे?'

आहेर न घेता लग्नाला जाणे माझ्यासारख्या भिडस्त माणसाच्या जिवावर येते. ज्या पक्षाकडील पाहुणा म्हणून मी लग्नाला जातो, त्या पक्षाकडील लहान-थोर मंडळींची भेदक नजर आठवून माझ्या काळजाचे

पाणी-पाणी होते. मंडपात प्रवेश केला की, संबंधित पक्षाच्या नातेवाइकांचे लक्ष माझ्या हाताकडे असते. माझ्या हातात एखादी पिशवी दिसली आणि तिच्यातून तांबड्या रंगाचा 'चुरमूर' कागद डोकावत असला, की माझे स्वागत दिलखुलासपणे होणार, हे मला माहीत असते. मी रिकाम्या हाताने गेलो तर कपाळावर आठ्या चढवीत नाना फडणीसाप्रमाणे सर्वांचे चेहरे लंबवर्तुळकार होणार, युनिव्हर्सिटीकडे जाणाऱ्या बसमधील एम्. ए. एम्. एस्सी. च्या मुली 'म्हसोबा गेट'पाशी चढलेल्या एखाद्या पाहुण्याकडे ज्या तुच्छतेने पाहतात तसे सारे लोक माझ्याकडे तुच्छतेने पाहणार, हे मी जाणून असतो. लग्नमंडपात माझी किंमत आहेराच्या किमतीच्या प्रमाणात ठरविली जाणार याची मला कल्पना असते. आजकाल काही लग्नपत्रिकांत 'आहेर आणू नये' अशी सूचना असते; परंतु तिचा अर्थ शब्दश: घ्यायचा नसतो. उलट, आहेर नेण्याची सवय नसलेल्यांनाही या सूचनेमुळे आहेराची आठवण व्हावी, असा निमंत्रकांचा अंतस्थ हेतू असतो! तुळशीबागेतल्या रामाला निघालेल्या आईने 'बाळ्या, फडताळातल्या वरच्या खणात पितळी भांड्यात खोबऱ्याच्या वड्या ठेवल्या आहेत; खाऊ नकोस हं!' असे बाळ्याला बजावण्यासारखा हा प्रकार! एरवी फडताळाच्या वाटेला न जाणारा बाळ्या आता नक्कीच खोबऱ्याच्या वड्या मटकवणार याची आईला पुरेपूर खात्री असते!

मंगलाष्टके संपून वधुवरांवर अक्षता पडल्या, की 'तो क्षण' येतो. वधू-वर भाड्याने आणलेल्या सोफासेटवर स्थानापन्न होतात. सोफासेटवर इतक्या आरामात बसण्याची त्या दोघांची ही पहिलीच वेळ. (भविष्यकाळात 'आला आला प्राणी जन्मासि आला'-छाप आयुष्य झाले, तर बहुधा शेवटचीही!) मग वधुवरांभोवती त्यांच्या नातेवाइकांची तुफान गर्दी उसळते. इतकी की, जमलेल्या मंडळींना पानसुपारी आणि साखरेची पुडी द्यायला कुणीच हजर नसते!

"मामी, मी आहेराची यादी लिहून घेणार गं!"

"विन्या, चोंबडेपणा करू नकोस! भालू, तू बस रे यादी करायला!"

"माझं अक्षर सुरेख आहे बै! मी करते यादी!"

"सुरेख अक्षर काय चाटायचं आहे? इथं प्रामाणिकपणाचा प्रश्न

महत्त्वाचा आहे!''

"म्हणजे काय बै?''

"काही नाही! म्हटलं, नऊवारी पातळ नेसलीयस, त्याचे ओंचे पिशवी एवढाले असतात!''

अशा धर्तीची संभाषणे बराच वेळ सुरू असतात. टोले, प्रतिटोले झाल्यावर कच्च्या दिलाचे नामोहरम होतात आणि विजयी वीर पेन सरसावून वधूजवळ अगर वराजवळ बसतात.

मग आहेर देणाऱ्यांचा 'क्यू' लागतो. मी दिग्विजयी राजासारखी चौफेर नजर फेकून आहेर देणाऱ्यांच्या क्यूत सामील होतो आणि यथाशक्ती चेहऱ्यावर 'ह्यॅः ह्यॅः' आणून आहेराची वस्तू वराच्या वा वधूच्या हवाली करून मोकळा होतो. (अंतर्मनातील जखमी पारवा घुमत असतो, 'आता टाइम्सवाल्याचं साडेचार रुपयाचं बिल कुठून देणार रे बेट्या?')

माझ्या हातातल्या 'जड' पदार्थाकडे एक चोरटा दृष्टिक्षेप टाकून तो त्या योग्यतेचा आहे अशी खात्री झाली, की मग वर आपल्या नूतन पत्नीशी माझी ओळख करून देतो— "हा आपला केयूर साठे. हा की नाही, काय बरं, काय करतोस रे तू हल्ली?''

वधूला माझ्या व्यवसायाशी काहीच करायचे नसते. ती हसल्यासारखे करून आपल्याला आलेल्या आणि येत असलेल्या आहेरांकडे पुन्हा नजर वळवते.

काही निगरगट्ट लोक रिक्त हस्ताने येतात. पालथ्या मनगटावरील अत्तराचा आणि आतून येणारा जिलबीचा वास घेत ते मजेत बसून असतात. दरम्यान, साखरेची पुडी जबडा पसरून त्यात रिकामी करतात. पानसुपारीचे तबक ओढून घेऊन सुपारीचे बोकणे भरतात. आजन्म 'चारमिनार' ओढणारे 'बर्कले' ओढायची पर्वणी साधतात. अशा या आत्मरत गृहस्थाची ब्रह्मानंदी टाळी लागली असताना— ज्या पक्षाचा तो पाहुणा असतो, त्या पक्षाकडील कावेबाज माणूस त्याच्यापाशी येतो. त्यांच्यात साधारणतः पुढील प्रकारचा संवाद होतो :

"काय बळवंतराव, अनंताला भेटत नाही का?''

"भेटू हो! घाई काय आहे?'' - स्वरात सहजपणा.

(मनात : काय मस्त वास आला! अळूच्या पातळ भाजीला फोडणी दिली वाटतं?)

''चला चला! आत्ताच चला!''

''थांबा हो, ती गर्दी तरी ओसरू द्या!'' — स्वरात मखखपणा.

''अंताच्या बायकोची ओळख करून देतो, चला!''

''होईल हो! आता ती अंताकडेच राहणार आहे. जातेय कुठं?'' - स्वर दिलखुलास हास्यामुळं गदगदून गेलेला.

''चलायचं असलं तर आत्ताच चला! नंतर एकदा होमहवन सुरू झालं म्हणजे...''

या आग्रहाचे कारण एकच-पाहुणा रिक्त हस्ताने आलेला असला तरी दहादहाच्या नोटांनी भरलेला एखादा पांढरा लिफाफा खिशातून काढील आणि पत्रावळी-द्रोणाचे बिल तरी भागवता येईल, हीच एक भाबडी आशा! अनेकदा आग्रह करूनही पाहुणा उठला नाही, की त्या पाहुण्याच्या घरी पुढेमागे कार्य निघाल्यानंतर कोणता पवित्रा घ्यायचा याचा तिथल्या तिथे तत्काळ मनसुबा रचला जातो!

दुर्दैव असे की, हा मनसुबा पार पाडायचे सुख उपभोगता येतेच, असे नाही. माझ्या एका आत्याचे दीर शाळामास्तर आहेत. आमच्या घरात सात-आठ कार्ये झाली. प्रत्येक वेळी ते मुख्य अक्षतासमारंभाला हजर न राहता जेवायच्या वेळी तेवढे नेमके उपटायचे, जिलब्यांचा एक ढीग पोटात रिचवायचे आणि हात उशाला घेऊन मांडवात एका कोपऱ्यात ताणून द्यायचे, ते वरातीच्या वेळी उठायचे! आहेराच्या बाबतीत त्यांनी घेतलेली ही स्थितप्रज्ञाची भूमिका आमच्या घरात कुणालाच तितकीशी रुचत नव्हती. त्यांनाही एकदा तरी अद्दल घडवावी, असा आमचा बेत. पण गृहस्थाने मुलीचे लग्न ठरल्यावर आम्हाला जातीने येऊन निमंत्रण तर केले नाहीच, उलट गावातल्या गावात असून पत्रिका पाठवली. ती आम्हाला पोचली लग्नानंतर तिसऱ्या दिवशी!

उपरोक्त शाळामास्तरांसारखी कोडगी माणसे सोडून दिल्यास बहुतेक माणसे अक्षता टाकण्यासाठी हजर असतात. त्यांपैकी भोजनासाठी कुणाला थांबवून घ्यायचे, हे आहेरावरून ठरत असते. आग्रहामागील स्वराचा चढउतार

आहेराच्या किमतीवर अवलंबून असतो. आहेर भरघोस असला तर 'जाताय् कुठं दामूअण्णा? जेवण झाल्याशिवाय आम्ही तुम्हाला सोडतोय होय?' अशा हुकमी आवाजात आग्रह होतो. आहेर साधारण असला तर 'रहा हो! ऑफिस काय, रोजचंच आहे!' असा 'नरो वा कुंजरो वा' थाटाचा गुळमुळीत आग्रह होतो. आहेराच्या बाबतीत चकवणाऱ्याकडे पूर्णतया दुर्लक्ष केले जाते. त्यातही 'घरच्या कार्याला आग्रह कशाला लागतो म्हणा' असा सोईस्कर अर्थ लावणारे बरेच असतात. मंडपात ठिय्या देऊन बसलेल्या या फुकट्यांकडे एक जहरी कटाक्ष फेकला जातो आणि मग ''काय बळवंतराव! निघाला म्हणे तुम्ही? बरं, एकदा ही लग्नाची गडबड आटोपली की सावकाशीनं भेटूच'' असा 'गुगली' टाकला जातो. तरीसुद्धा बळवंतराव, स्थानभ्रष्ट व्हायला मागेपुढे पाहात असेल तर, ''आणि हो— बळंवतराव, माझ्या रजेचा अर्ज साहेबांच्या टेबलावर पोचला की नाही तेवढं बघा बरं का! प्लीज, जमल्यास फोनही करा.'' असा 'शरीरवेधी आपटबार' टाकला जाऊन बळवंतरावाचा पुरता निकाल लावला जातो!

आहेर म्हणून येणाऱ्या वस्तूंत वैचित्र्य भरपूर असते. पितळी भांड्यांपासून संततिनियमनाच्या साधनापर्यंत! बहुसंख्येने असतात वाट्या आणि फुलपात्रे, आजकाल स्टेनलेस स्टीलबरोबर जर्मन सिल्व्हर, देवल भांडी वगैरे अनेक स्वस्त प्रकार बाजारात आल्यामुळे आहेर देणाऱ्यांची सोय आणि घेणाऱ्यांची गैरसोय झाली आहे. दोन-दोन रुपयांच्या फुलपात्रावर 'मा. साहेबराव धर्माजीराव सरदेशमुख, राहणार कवठे बुद्रुक यांजकडून चि. अनंतराव चिंतामणराव बहिरट यांना विवाहाप्रसंगी सप्रेम भेट. ता. १४-१०-१९६०' एवढी लांबलचक ओळ दाटीवाटीने कोरलेली असते. आपले नाव चिरंतन राहावे, हा नम्र हेतू त्यामागे असतो.

नंतर नंबर येतो पुस्तकांचा. पुस्तके देण्याचा राजमार्ग बरेच लोक आचरतात. देताना वर तांबडे कव्हर स्वत: घातले की, दिसतेही सुबक. आजकाल चारपाचशे पानांची अमेरिकन पुस्तके एकदीड रुपयाला मिळतात. पुस्तकाची किंमत दर्शनी भागावर लिहिलेली नसेल, असेच पुस्तक पसंत केले जाते. पुस्तकांच्या विषयांतही वैचित्र्य भरपूर. वात्स्यायनाच्या 'कामसूत्रा'पासून

गीतेतील भक्तिमार्गावरील सोपपत्तिक टीकेपर्यंत कसलाही वाण पदरी टाकला जातो. माझ्या एका मित्राने बी. ए. च्या वर्गात असताना इकॉनॉमिक्सचे क्रमिक पुस्तक वर्षभर वापरून एका डॉक्टर मित्राच्या लग्नात नजर केले आणि पहिल्या पानावर 'पंचवार्षिक योजनेच्या काळात जाणत्या नागरिकांना अर्थशास्त्राचे ज्ञान असावे, म्हणूनच' अशी त्याला पुस्ती जोडलेली! (खाली सहीच्या जागी वर्षापूर्वी लिहिलेले त्याचे नाव आयते तयार होतेच!) आहेर म्हणून द्यायला शाडूची चित्रे फार चांगली. एकदा आम्ही सात-आठ मित्रांनी आठ-आठ आणे वर्गणी गोळा करून आमच्या एका 'कॉमन' मित्राला लग्नात शाडूचा 'साईबाबा' आहेर दिला. त्या पुण्याईवर एकमेकांना आग्रह करून यथेच्छ उदरभरण (छे: छे:! यज्ञकर्म!) आटोपले आणि उकाडा फार होता म्हणून 'साईबाबा' खरेदी केल्यानंतर जे पैसे उरले होते, त्यातून दूधकोल्ड्रिंक प्यायलो!

खरोखरीच सामुदायिक आहेर देण्याची पद्धत फार स्वस्त पडते. एक हँडबॅग आणि देणाऱ्याची नावं आठ! पाच रुपयांचा टेबललँप आणि 'कडून' दहा! ऑफिसमध्ये वर्गणी जमवून आहेर देण्याची पद्धत देणाऱ्यांना अतिस्वस्त, घेणाऱ्यांना अतिमहाग! माझ्या एका ओळखीच्या संपादकाच्या मुलाचे लग्न निघाले, तेव्हा छापखान्यातल्या बत्तीस कंपोझिटर्सनी आठ-आठ आणे वर्गणी गोळा केली आणि 'टी-सेट' आहेर दिला. आहेर दिल्याचे समाधान आणि साहजिकच 'भोजनाचे हक्क सुरक्षित' राखून बत्तीसच्या बत्तीस जण मंडपात ताठ्यात वागण्यास मोकळे!

वधुपित्याच्या वतीने बोलायचे म्हणजे त्याची असल्या किरकोळ वा किमती पदार्थांवर मुळीच नजर नसते. वाट्या, पेले आणि फणेरी पेट्या यांच्याशी त्याचे सोयरसुतक नसते. त्याची दृष्टी असते पांढऱ्या लखोट्यांवर; त्यातून बाहेर पडणाऱ्या झुळझुळीत नोटांवर! लग्नाच्या खर्चाचा अंदाज करताना रोख पैशांच्या रूपाने येणारा आहेर त्याने जमेला धरलेला असतो. निदान त्यातून वाजंत्र्याचा खर्च तरी निघावा, असा घोर त्याच्या मनाला लागलेला असतो. परंतु वधूजवळ आहेराची यादी करायला बसलेला प्रत्यक्ष तिचा भाऊ असला तरी तो आपल्या पित्याचा बेत हाणून पाडतो. यादी

लिहून घ्यायच्या महान कामाच्या मोबदल्यातच दोन्ही पक्षांतर्फे यादी लिहून घेणारे महाभाग पुढल्या वर्षाचा 'पॉकेटमनी' बाहेर काढतात, याचा मला स्वत:ला अनुभव आहे!

लग्नात बंद लिफाफा आहेर म्हणून देण्याची पद्धत काही लोकांना मोठी उपकारक ठरते. माझ्या आतेभावाला आहेर म्हणून आलेले लिफाफे मी एकांतात उघडून पाहत असता, त्याच्या एका मित्राने 'मागील वर्षी तुझ्याकडून घेतलेले दहा रुपये या मंगलप्रसंगी परत करीत आहे!' अशी चिठ्ठी नोटेला लावलेली पाहून मी सर्दच झालो! माझ्या दृष्टीने तोटा एवढाच झाला की, पुढे-मागे दोघे परत भेटले म्हणजे 'मांजर बॅगेतून बाहेर येईल', या भीतीने मला ते पाकीट आतेभावाच्या हवाली करावे लागले! मागल्या वर्षी माझ्या चुलतबहिणीचे लग्न झाले, तेव्हा तिला एक चांगला जाडजूड लिफाफा आहेरादाखल आला. तो तिच्या मैत्रिणीने आणि मैत्रिणीच्या नवऱ्याने दिलेला होता. ती दोघे एकमेकांना कवी म्हणतात आणि स्वत:ला कवी म्हणवून घेतात. कविमंडळी एवढी उदार कशी झाली याचे आश्चर्य करीत मी तो लिफाफा उघडला, तेव्हा त्यातून कागदाचे भलेमोठे भेंडोळे बाहेर पडले! विवाह म्हणजे काय, तो का केला पाहिजे, वधुवरांचे रथाच्या चक्रांशी कसे साम्य असते, विवाहाच्या मांगल्यातून स्वतंत्र भारताचा एक आधारस्तंभ कसा निर्माण होणार आहे आणि अखेरीस दीड दमडीच्या वस्तूपेक्षा रक्ताने लिहिलेले काव्य हाच कसा अमोल आहेर आहे, याचे सोपपत्तिक विवेचन करणारे ते खंडकाव्य होते! त्याचे मी काय केले असेल, हे सांगायला नकोच!

आहेराचा 'सोफासेटीय' कार्यक्रम पार पडला, की वर आपला वूलनचा सूट बदलून येतो. (महाराष्ट्रीय माणूस आयुष्यात वूलनचा सूट एकदाच शिवतो—लग्नाच्या वेळी!) मग वधूवर धूर डोळ्यांत भरून घेण्यासाठी आणि अधूनमधून एकमेकांना हस्तस्पर्श करण्यासाठी होमापाशी स्थानापन्न होतात. या कंटाळवाण्या विधीत कुणालाच गम्य नसते. आहेराच्या वस्तू एकत्र करून अंत:पुरात नेण्यात येतात आणि वधुवरांच्या निकटवर्तीयांची एक 'समिट कॉन्फरन्स' आहेराची आणि आहेर देणाऱ्यांची 'इंपीचमेंट' करण्यासाठी डेरेदाखल होते. या वेळचा प्रसंग प्रेक्षणीय आणि श्रवणीय

असतो. बऱ्याच दिवसांनी नवेकोरे लुगडे नेसल्यामुळे त्या वासाने धुंद झालेल्या दोन-तीन वृद्धा, आठ वर्षांखालील चार पोरांना हाकलून आणि सहा महिन्यांच्या पोराला पदराखाली घेऊन बसलेल्या दोन-तीन मध्यमा, धोतराचा पदर गळ्याभोवती गुंडाळणारे दोन-तीन चाळिशीतील गृहस्थ— हे त्या कॉन्फरन्समधील प्रमुख सभासद. (तरुण मुलींना आहेरात रस नसतो. 'आहेर घेण्याचा प्रसंग लौकर येवो,' अशी मनोमन इच्छा करीत त्या मंडपात रेंगाळत असतात. थोरल्या भावाच्या मित्रांच्या घोळक्यापाशी कारण नसताना जाऊन 'दादा, फराळाचं आणू का रे?' असा चोंबडा प्रश्न टाकणे आणि नव्या पातळाचा बोंगा उगाचच फलकारीत मंडपात इकडेतिकडे धावणे, या महत्त्वाच्या कामी त्या गुंतलेल्या असतात.)

आहेर परिषदेतील सर्व मंडळी एक-एक वस्तू प्लेगचा उंदीर उचलावा तशी उचलून तिची छाननी करीत असतात. सर्वांची 'रनिंग कॉमेंट्री' एकाच वेळी सुरू असते.

"अग्गो बाई! आपटेबाईंनी हे तबक का दिलं चार रुपड्यांचं?"

"नाहीतर काय! दरिद्री मेली! हिच्या मुलीच्या लग्नात चांगला सतरा रुपयांचा आहेर केला होता म्हणे ताईनं!" -वराची अगर वधूची मावशी.

"पेल्यावर नाव कशाला घालून ठेवतात, देव जाणे! मागाहून कुणाला देतादेखील येत नाहीत ते!" एक व्यवहारी पुरुष. हा बहुधा रेव्हेन्यू अगर एक्साईज खात्यात असतो.

"हात मेल्यांनो! तसबीर कशाला दिलीय रामशीतेची? धडफळ्यांकडून आली असेल! बाहेर मोटार उडवतील, पण लोकांना देताना मात्र हात आखडता!"

"हे काहीच नव्हे हो काकू! त्या कर्व्यांचा एवढा मोठा प्रासाद आहे ना सदाशिव पेठेत? पण आमच्या महेशच्या मुंजीत त्यांनी आहेर म्हणून सिनेमा पाहायचं सहा आण्याचं डबडं दिलं! जणू महेश मॉंटेसरीत जातो 'ग-म-भ-न' काढायला!"

"तो गोंद्या घोलप काही घेऊन आला नसेलच! याही खेपेला दिली टांग नेहमीसारखी! दीड दमडीच्या कोट्या करीत पुख्खा झोडायला मात्र

हजर असेल स्वारी सर्वांच्या आधी!...''

— ही चर्चा बराच वेळ चालते. स्नेहसंबंध आणि नाती कुणाशी व कितपत जिव्हाळ्याने ठेवावीत याचा पुनर्विचार होतो. बरेच काही मोडले जाते. इतरेजनांकडे पाहायच्या चष्म्याच्या काचा बदलण्यात येतात. गैरसमजाची जळमटे झडली जातात आणि मित्रांकडे व नातेवाइकांकडे पाहायचा नवा दृष्टिकोन प्राप्त होतो. 'शिखर परिषदे'चे हे केवढे कार्य!

प्रत्यक्ष आहेर देऊन हसे करून घेण्यापेक्षा आश्वासनाची झाकली मूठ सव्वा लाखाची ठेवण्यात अधिक दूरदर्शीपणा असतो, असे माझे मित्र श्री. प्रभाकरपंत बिवरे यांचे मत आहे. त्यांच्या एका परम मित्राचे लग्न ठरले तेव्हा पंतांनी त्याला प्रथमच सांगून टाकले, ''मी तुला भरपूर आहेर करणार आहे, पण तो आता नव्हे—समारंभ आटोपल्यावर सावकाशीनं! तुला लग्नात काय-काय आहेर येतो, तो मी पाहणार आहे आणि आहेर म्हणून आली नसेल अशी एखादी आगळी चीज घेऊन देणार आहे!''

झाले! पंतांचे आदरातिथ्य उत्तम झाले. लग्नानंतरच्या पंगतीत पंतांनी वराच्या मांडीला मांडी लावून बसून लाडूबरोबर भावही खाल्ला. वरातीत वरापेक्षा अधिक मिरवून घेतले.

तो मित्र मागल्या महिन्यात दुसऱ्या मुलाचा बाप झाला, परंतु आमच्या पंतांना ती 'आगळी चीज' बाजारात अद्यापि मिळत नाही!

आजकाल आहेरपद्धतीत एका नव्या प्रवृत्तीने डोके वर काढल्यामुळे माझ्यासारखा सर्वसामान्य माणूस अधिकच हवालदिल झाला आहे. हल्ली आहेर वाटेल त्या वेळी देण्यात येतो. लग्न, मुंज, बारसे या प्रसंगी आहेर दिला पाहिजे, हे मी समजू शकतो; परंतु डोहाळेजेवणाला आणि वास्तुशांतीला आहेर का म्हणून? परवा तर आमच्या शेजारच्या वकिलांनी आपल्या मित्राच्या डॉक्टर झालेल्या मुलाने नवीन 'कन्सल्टिंग रूम' उघडली म्हणून तीस-चाळीस रुपयांचा आहेर दिला! उद्या लोक श्राद्धाला जेवायला जाताना आहेर घेऊन जातील! असे झाले तर मात्र महागाईभत्त्याबरोबर आहेरभत्ता द्यायला सरकारला भाग पाडण्यासाठी कम्युनिस्ट भाईंना देशव्यापी चळवळ सुरू करावी लागेल!

जिलबीच्या जेवणाची पद्धत होती तेव्हा आहेर देताना काळजाला चिमटा बसायचा; परंतु अलीकडच्या लग्नात भोजन समारंभाला अजिबात फाटा देण्यात येत असलेला पाहून माझ्या काळजला घरे पडू लागली आहेत. केवळ चार आण्यांच्या आइस्क्रीमवर पाहुण्यांची रवानगी म्हणजे काय? लग्नात भोजन नाही, मग ते लग्न तरी कसले? पांढरा भात, काळा भात, जिलबी, मठ्ठा आणि आग्रह! श्लोक, उखाणे, उदबत्तीचा वास आणि घास! एका बाजूकडून दुसऱ्या बाजूपर्यंत तुपाची धार सोडणाऱ्या चपळ अंगना आणि आहेराचा मोबदला जास्तीत जास्त घेतला पाहिजे, या ईर्षेने अंगी येणारे स्फुरण! चार आण्यांच्या आइस्क्रीममध्ये यापैकी काहीच नाही! खानावळीत एक दिवसाचा खाडा सांगता येत नाही आणि आहेर देणे मात्र चुकत नाही! त्यात हल्ली लाऊड स्पीकरवरून आहेर देणाऱ्यांची नावे आणि आहेराचे वर्णन सांगण्याची टूम निघाली आहे! 'मेजर जनरल गोडांबे— दीड तोळे सोन्याची ठसठशीत अंगठीच्या मागोमाग 'केयूर साठे' स्टेनलेस स्टीलची वाटी', असे पुकारण्यात आले आणि मंडळींत मंद हास्याची एक लाट उसळली, की मी पडल्या चेहऱ्याने आणि केविलवाण्या स्वराने प्रार्थना करतो, 'धरणीमाते, मला पोटात घे! या आहेरमय जगात मला राहायचं नाही!'

म्हणूनच मला आजकाल तीव्रतेने वाटते— नको, नको ही आहेरपद्धती! हुंडाबंदीप्रमाणे आहेरबंदीची चळवळ सुरू करणे आजच्या घटकेला अत्यावश्यक आहे. माझ्यापुरते बोलायचे, तर एकदा माझे लग्न होऊन गेले की, मी या चळवळीला आजन्म वाहून घेण्याचे केव्हाच निश्चित केले आहे!

❑❑❑

९. एक व्यसन (अन् पथ्यही!)

तीन नंबरच्या बसची वाट पाहत मी स्टँडवर उभा होतो. बसच्या दिशेनं माना वेळावून पाहत आणि जांभया देत माझ्यापुढं व मागं बरीच माणसं उभी होती. पुण्यातल्या बसेस अर्धा-अर्धा तास फिरकत नाहीत नि एकदा येऊ लागल्या म्हणजे एकट्यादुकट्या येत नाहीत. हॅम्लेटच्या शब्दांत सांगायचं म्हणजे, 'दे कम इन बटॅलियन्स!' हा अनुभव जमेस धरून बसचा जथा दूरवर दिसतो का, हे मी न्याहाळत होतो. तेवढ्यात माझा एक विद्यार्थी सायकलवरून समोर आला. मला पाहताच तो धप्पदिशी खाली उतरला व धापा टाकीत माझ्यापाशी येऊन विचारू लागला, "सर, मॅक्मेहॉन रेषेबद्दल तुमचं काय मत आहे?"

"कुठल्या रेषेबद्दल?" मी गोंधळून विचारलं. मध्यरात्री उठवून, 'शेजारच्या सरलाताईंनी किनई नवं पातळ घेतलंय' ही अमोल माहिती पुरवणाऱ्या माझ्या बायकोची मला आठवण झाली.

"मॅक्मेहॉन रेषा." तो उत्तरला.

"तुम्ही जॉमेट्रीच्या प्रोफेसरांना का विचारीत नाही? प्रामाणिकपणानं सांगायचं म्हणजे, माझं आणि जॉमेट्रीचं जन्मतःच वाकडं आहे." मी स्पष्टपणे सांगून टाकलं.

''तसलं काही नाही हे सर! मॅक्मेहॉन रेषा म्हणजे चीननं ठरविलेली.''

आता कुठं माझ्या डोक्यात प्रकाश पडला. परंतु खरं सांगायचं म्हणजे, बरेच दिवस ती 'रेषा' डोळ्यांखालून जात असूनही तिच्याबद्दल मला विशेष औत्सुक्य नसल्यानं तिच्याशी मी आजवर फटकूनच वागलो होतो. असं असलं तरी आपल्या विद्यार्थ्यांपुढं आपलं पितळ उघडं पडू नये, म्हणून मी धोरणीपणानं प्रश्न टाकला -- ''पंडित नेहरूंचं काय म्हणणं आहे?''

''त्यांना ती पूर्णपणे मान्य आहे!''

''मलाही ती मान्य आहे.'' मी विजयी मुद्रेनं म्हटलं.

''खरंच, ती तुम्हाला मान्य आहे?'' जड शब्दांत तो उद्गारला. मग तोंडानं काहीतरी पुटपुटत, बोटांनी कसलातरी हिशेब करीत तो मार्गस्थ झाला. दरम्यान, पाच बसेसची तुकडी माझ्या दिशेनं चाल करून येऊ लागलेली मला दिसल्यामुळं मीही मार्गस्थ होण्याच्या मार्गाला लागलो.

या विद्यार्थ्याची एकट्याचीच 'केस' नव्हे, राजकारण मनाला लावून घेणारी अनेक माणसं माझ्या पाहण्यात आहेत. आमच्या केयूर साठेच्या शब्दांत सांगायचं म्हणजे, 'राजकारण हा असला उकिरडा आहे कीं, त्यात कुठल्याही गाढवानं तोंड खुपसावं!' ऑफिसमध्ये फायलीआड दडवून दोन वर्तमानपत्रं वाचून काढली की राजकारणाबद्दल बोलायला आपल्याला अधिकार प्राप्त होतो, असा (गैर) समज करून घेणाऱ्या पंचावन्न-तीन-एकशेतीस छाप कारकुनापासून तो ग्रामोद्धाराच्या देशव्यापी कार्यक्रमानुसार ग्रामपंचायतीपुढं लावलेला बॅटरीचा रेडिओ तंबाखूची गोळी जिभेखाली धरून ऐकत बसलेल्या पाहुण्यापर्यंत समस्त जनांना हा विषय घरचा वाटतो.

संध्याकाळी घरी येऊन बायकोनं आणून दिलेला गरम चहा थंडगार असल्याचा आविर्भाव करीत घशाखाली ओतला आणि 'दिवसाला चारच सिगारेट्स' या निश्चयातली क्रमांक तीनची सिगारेट मोठ्या चवीनं पेटविली, की बिनभांडवली करमणूक म्हणून कुठलाही सर्वसामान्य माणूस वळतो तो बिचाऱ्या राजकारणाकडे! शेजारचे गणूकाका किंवा दामुअण्णा यांनाही सुपारीबरोबर राजकारण चघळायला मिळालं की, तोंडाला चव असल्यासारखं वाटतं. 'नेहरूंनी लक्षात ठेवलं पाहिजे'पासून तो तहत 'केनेडी अजून बच्चा

आहे' (जणू केनेडीला दामुअण्णांनी अंगाखांद्यावर खेळवलंय!) पर्यंत कोणत्याही विधानानं सुरुवात करून संभाषणाची गाडी आदळआपटत, कुठल्याकुठं भरकटत नेली जाते. नदीच्या मुळाप्रमाणं राजकारणावरील गप्पांचं मूळही कधी न शोधलेलं बरं! साधारणत: उपरोक्त संभाषणाचा शेवट 'अलीकडे महागाई झाली याचं कारण तरी काय, क्रुश्चेव्हचं धोरणच! चार लोक पृथ्वीप्रदक्षिणा करून आल्यापासून तो माजलाय आणि युद्धाची भाषा बोलू लागलाय' इथपर्यंत येतो. पूर्वी किती स्वस्ताई होती याची वर्णनं चविष्टपणे केली जातात. त्या वेळचे राजकारणी पुरुष किती धोरणी होते, बुद्धिमान होते आणि त्या मानानं यच्चयावत् जगातील सांप्रतचे समस्त पुढारी किती फिके पडतात, या मुद्द्यावर सर्वांचं एकमत असलं तरी तो एकमेकांना पुन:पुन्हा आवर्जून सांगितला जातो... अखेरीस चिंगी-बगी-सुमी-ठकी या साऱ्यांनी प्रथम एकेकटीनं व नंतर सामुदायिकरीत्या 'आईनं जेवायला बोलावलंय.' अशा आरोळ्या ठोकल्या की बैठक मोठ्या मुष्किलीनं मनाविरुद्ध बरखास्त केली जाते. राजकारणाचं बोट धरून जगभर केलेल्या झंझावती प्रवासाचा अंत अखेरीस धुरकटलेल्या स्वयंपाकघरात होतो!

हा झाला 'अर्बन सेक्टर' परंतु 'रुरल सेक्टर'देखील या मोहातून सुटलेला नाही. शिक्षणप्रसाराचे नि ग्रामोद्धाराचे इतर काही फायदे असोत वा नसोत, त्यामुळं संथ नि निर्मळ ग्रामीण जीवनात राजकारणविषयक ज्ञानाचा गढूळ प्रवाह येऊन मिसळला आहे, हे मात्र खरं! 'मी म्हंतुया कांग्रिस घवरमेंटची पालिसी वाईच चुकतीया. कसं धोंडिबा?' अशा शब्दांत एक भलामोठा वादग्रस्त विषय चिमूटभर तपकिरीच्या मोलाचा केला जातो.

एकदा मी माझ्या एका मित्राच्या मळ्यावर गेलो होतो. दिवसभर भर उन्हात सारा मळा पायाखाली तुडवला. त्यामुळं दमून जाऊन मळ्यावर उघड्यावर गार वाऱ्यात झोपलो होतो. मध्यरात्रीच्या सुमारास मला कोणीतरी हलवून जागं केलं. मी नाखुशीनं उठून बसलो. तो माझ्या मित्राच्या मळ्यात गुऱ्हाळावर काम करणारा एक गडी मला उठवून विचारीत होता, ''अवं शेरातलं पावणं, आता तुमीच सांगा बगू निकाल-''

''कसला निकाल?'' मी डोळे चोळीत विचारलं.

"बबन्या म्हंतुया, गोवा स्वतंत्र झाला की महाराष्ट्रात जानार आनि माझं म्हननं, त्यो कानडी भागात जानार. तुमीच न्याव द्या आता!" -मी म्हणजे हेगचं 'आंतरराष्ट्रीय न्यायालय' आहे, अशी त्याची कल्पना असावी!

त्यो बबन्या, गोवा आणि तू—मी या तिघांना कुठंतरी नको त्या जागी ढकलून देणार होतो; पण गड्याच्या दंडावरल्या बेडकुळ्या पाहून मी नरमाईनं उत्तर दिलं,

"बहुतेक तो स्वतंत्र ठेवणार आहेत."

"म्हंजे दोनीकडंबी न्हाय?"

"हं!"

"आता? ह्ये काय न्हेरूंचं वागणं की काय?" तो हताशपणे उद्गारला.

"होय बाबा! आपण तरी त्याला काय करणार?" मी धाड्दिशी बिछान्यावर पडलो आणि प्रथम मुद्दाम व नंतर खरोखरच तारसप्तकात घोरू लागलो. घोरण्याच्या पहिल्या अवस्थेत असताना मी मनाशी विचार करीत होतो— 'या भोळ्याभाबड्या लोकांनी हे काय भलतंच वेड लावून घेतलंय? राजकारण फक्त डांबरी रस्त्याच्या परिसरात वावरत होतं, तेवढं ठीक होतं की!'

राजकारणाचं व्यसन पराकोटीला गेलं म्हणजे माणसं पार आटोक्याबाहेर जातात. सकाळी 'सकाळ' अंगावर पडेपर्यंत न उठणारे कडवे वीर मी पाहिलेले आहेत! चार आण्यांची भाजी मंडईतून आणायला कचरणारी ही मंडळी दोन इंग्रजी वर्तमानपत्रं खुशाल विकत घेतात! हो, बर्लिन प्रश्नावर नुसतं 'सकाळ'चं मत कळून काय उपयोग? त्यावर 'टाइम्स' काय म्हणतो, 'केसरी'कारांचं काय म्हणणं आहे, हेही पाह्यलंच पाहिजे! अशा मंडळींचा सारा दिवस राजकारणाच्या गुंगीत जातो.

"अहो, आता उठा ना! चहा झालाय!"

"उठतो गं!" - उघड. (अरेच्या, हा आयूबखान गेला का भीक मागायला अमेरिकेकडे?—स्वगत.)

"चहा गार होईल."

"होऊ दे! दुसरा करता येईल." — उघड. (पण नेहरू त्याला

ठणकावत नाहीत म्हणतो मी? —स्वगत.)

"अंघोळीला पाणी काढलंय-"

"पाणी? कावेरीचं पाणी वाढलंय?" —उघड आणि स्वगत दोन्ही मिश्रित.

"जेवायला या-"

"लाओसचं काय होणार?"

"गिळायला या एकदाचे-"

"द गॉल काही ऐकत नाही! -युद्ध पेटवणारच!"

"मिस्टर अमुकतमुक, यू हॅव कमिटेड थाऊजंड्स ऑफ मिस्टेक्स."

"मिस्टेक्स? सॉरी सर-व्हेरी सॉरी सर" (मनात— "अरे बेट्या, मोठमोठे राजकारणी लोक मिस्टेक्स करतात, त्यांचं काय करणार आहेस तू? त्यांना कसं आवरणार तू?")

अशा पद्धतीनं या व्यसनाचा पाठपुरावा जोमानं केला जातो. चार मंडळी जमली की, जोरजोरानं घसा खरवडून 'बौद्धिकं' घेतली जातात. मागचे संदर्भ अर्धेअधिक माहिती असतात. त्या आधारे थोरामोठ्यांचे डावपेच उकलून सांगितले जातात. सारं जीवन राजकारणमय. केस बियाँड द कंट्रोल!

अशा वाया गेलेल्या केसचं एक उदाहरण म्हणजे, आमचे शेजारचे वकीलसाहेब! त्यांच्या मुलीचं लग्न, तोंडावर देवींनी आणि कुंडलीत नको त्या जागी सर्व ग्रहांनी गर्दी केल्या कारणानं होत नव्हतं. अखेरीस ते जमलं. याद्या झाल्या आणि मंडळी चहा पिता-पिता राजकारणाकडे वळली. वादविवादात वकिलांच्या भावी व्याह्यांनी चीनच्या धोरणावर कम्युनिस्टांना साजेसा 'स्टँड' घेतला आणि 'असल्या कम्युनिस्ट माइंडेड घरात मुलगी देणार नाही.' असं संतापून म्हणत वकीलसाहेबांनी यादीचा कागद फाडून टाकून सभात्याग केला! असला बाणेदारपणा काही सहजासहजी येत नाही!

याच्या विरुद्ध प्रकार म्हणजे राजकारणाचं पथ्य असलेल्या मंडळींचा. "हे पाहा, लडाख भारताला मिळो न मिळो; आमच्या घरी त्यामुळं डालडाऐवजी लोणकढं तूप थोडंच येणार आहे?" अशी विरक्तिपूर्ण भाषा द्वैभाषिक असो, एकभाषिक असो— आमच्या रुटिनात फरक पडतोय का, अशी बेफिकीर

वृत्ती. या मंडळींच्या मते, राजकारण म्हणजे रिकामटेकड्यांचा उद्योग! राजकारणाचं ज्ञान का नको? तर, ''पैसे वाटून निवडून येतात, वशिल्यानं मंत्री होतात, पैसे खातात, बंगले बांधतात, काय वाटेल तो गोंधळ घालतात. तात्पर्य, राजकारण सुतासारखं सरळ नसतं. धर्मयुद्धाचं त्याला वावडं. कशाला त्या भानगडीत पडा? आपली नोकरी बरी, आपली बायकोपोरं बरी, आपण बरे!''

युनोच्या सिक्युरिटी कौन्सिलमध्ये काय चाललंय याहून डी. पी. ओ. च्या पी. ए. नं दिलेल्या जी. आर. चं काय झालं, ही समस्या जीवनमरणाला (ऊर्फ इन्क्रिमेंटला) अधिक जवळची! चुकून कधी वर्तमानपत्र हातात घ्यायचं ते 'शरदबाला' वा 'बंभोला' खटला वाचायला, अगर 'स्त्रियांनी शेपटा किती इंचांचा घालावा?', 'पोलक्यांची बटणं पुढून असावीत की मागून?' आदी गहन, ज्वलंत विषयांवरील महान विद्वानांची मतं उमजून घ्यायला!

राजकारणाशी फटकून वागणाऱ्यांची लैंगिक वर्गवारी केली तर, त्यात स्त्रियांची संख्या अधिक. हुजूरपागेत मॅट्रिकला असलेल्या माझ्या ओळखीच्या एका मुलीला मी एकदा सहज विचारलं, ''तुमच्या स्नेहसंमेलनाचे मुख्य पाहुणे कोण आहेत?''

''राधाकृष्णन् नावाचे एक मद्रासी येणार आहेत.''

अर्थात मी पुढे बोललो नाही.

अधिक निरीक्षणाअंती दिसून आलं की, चार पुरुष एकत्र जमले, तर ते जागतिक राजकारणाचा कीस काढीत बसतील. याच्या उलट बिनशिकलेल्या मुलींचं सोडा—पण चार शिकलेल्या मुली एकत्र आल्या तरी काय बिशाद आहे केनेडी—क्रुश्चेव्हची त्या बाजूला फिरकायची? बी. ए. झालेल्या मुलीला- देखील काश्मीर कुणीकडे जाणार याहून मंगळागौर कुणीकडे होणार, हा प्रश्न अधिक ज्वलंत वाटतो! पंजाबची फाळणी झाली तर काय होईल याहून एकत्र कुटुंबाची फाळणी कशी करता येईल याचेच विचार त्यांच्या डोक्यात घोळत असतात! काय गं, कृपलानींचं लोकसभेतलं भाषण वाचलंस का?- हा प्रश्न कुठलीही मंदा कुठल्याही कुंदेला करणार नाही! 'पोनीटेल घालताना रिबन कशी बांधायची गं?' अगर 'काश्मिरी टिपेत टाके दोन उलटे दोन

सुलटे की दोन सुलटे दोन उलटे?' हेच प्रश्न त्यांना महत्त्वाचे वाटतील. महिला मंडळातल्या चर्चेची व्याप्ती 'नायलॉन साडीचे विविध प्रकार आणि मी', 'आमच्या ह्यांची स्कूटर आणि त्या मेलीच्या ह्यांची मोडकी मोटरसायकल' ('ती मेली' त्या दिवशी मंडळात हजर नसते.) या विषयांपलीकडेच कधीच जात नाही, हे कशाचं प्रत्यंतर?

स्त्रियांचा हा 'वीक पॉइंट' माहीत नसलेल्या माझ्या एका मित्रानं हट्टच घेतला–लग्न करीन तर राजकारणपटू मुलीशीच! त्याचं बौद्धिक संसाराचं (म्हणजे कसलं, देव जाणे!) स्वप्नच म्हणे त्याशिवाय पुरं होणार नव्हतं! मी त्याला परोपरीनं सांगून पाह्यलं; 'जन्मभर अविवाहित राहावं लागेल,' अशी भीती घातली; पण त्याचा हट्ट कायम. वधुपरीक्षेच्या वेळी त्याचे ठरावीक प्रश्न असायचे. जणू 'पब्लिक सर्व्हिस कमिशन'ची 'जनरल नॉलेज'ची तोंडी चाचणी घेण्याच्या थाटात तो जागतिक घडामोडींविषयक प्रश्न टाकायचा. अनेक मुलींचा त्यामुळे त्रिफळा उडे. माझ्या दुर्दैवानं मी एकदा त्या बिकट प्रसंगी हजर होतो.

"या, बसा. नाव काय तुमचं?"

"विजया–"

"अरे वा! नाव 'विजयालक्ष्मी'च्या खूप जवळचं दिसतंय!"

तिच्या चेहऱ्यावर मख्ख भाव. गर्भितार्थ—ही कोण बाई विजयालक्ष्मी?

"राजकारणात इंटरेस्ट आहे का?"

"न् नाही! अं...आहे थोडं थोडं!"

"लुमुंबा कोण हो?"

—एक आवंढा.

"टांगानिकात आजकाल काय चाललंय?"

जोरानं घेतलेला श्वास. गर्भितार्थ— अय्या! टांगानिका नावाचा देश आहे वाटतं जगात? शी:! कसलं नाव!

"फिडेल कॅस्ट्रो कुठल्या देशाचा पंतप्रधान आहे?"

नाकपुड्यांचं स्फुरण. गर्भितार्थ—म्हणजे कॅस्ट्रो एक मनुष्य आहे तर? परवां दादा 'कॅस्ट्रो कॅस्ट्रो' म्हणत होता तेव्हा वाटलं, 'मिंटोमें दर्द दूर

करनेवालं’ औषध की काय!

“भारताच्या परराष्ट्रीय धोरणाबद्दल तुमचं काय मत आहे?”

आवंढा, श्वास आणि नाकपुड्यांचं स्फुरण सारं एकाच वेळी.

ती मुलाखत संपली तेव्हा, त्या मुलीप्रमाणंच मलाही हायसं वाटलं.

अशा प्रकारच्या बऱ्याच मुलाखती घेतल्यानंतर माझ्या मित्रानं हार खाल्ली. जागतिक व देशी घडामोडींचं सोयरसुतक न ठेवणाऱ्या एका मुलीशी त्यानं लग्न केलं. मात्र, तिला लग्नानंतर ‘तयार करण्याच्या’ ईर्ष्येने त्यानं तिच्यावर वर्तमानपत्रांचा आणि पुस्तकांचा मारा सुरू केला; पण वर्तमानपत्रांच्या मागल्या पानावरल्या सिनेमाच्या जाहिराती वाचून तिला सिनेमा पाहण्याचं वेड लागलं आणि ‘पाँड्स’, ‘खटाव वायल्स’ वापरणाऱ्या सुंदर स्त्रियांची चित्रं बिनबोभाट तिच्या डोळ्यांखालून जात असल्यानं सौंदर्य-प्रसाधनांवरला व पातळांवरला त्याचा खर्च बेसुमार वाढला. इतका की, त्यामुळं त्याला वर्तमानपत्रांवरला सारा खर्च कमी करावा लागला. आजकाल ट्युनिशियात काय चाललं आहे आणि जोमो केन्याटा, कोण याची त्याला तिच्याइतकीच माहिती आहे!

अर्थात, राजकारणाचं पथ्य असलेल्या माणसाला त्याचं व्यसन लावणं हे नाकासमोर चालणाऱ्या माणसाला ‘आर्यभूषण’मध्ये घेऊन जाण्यापेक्षा अवघड आहे, हेही काही खोटं नाही! राजकारणात इंटरेस्ट निर्माण व्हायला एक विशिष्ट प्रकारची प्रकृती लागते. ते येरा गबाळ्याचे नि लेच्यापेच्यांचे काम नोहे! सतत व्यासंग, अविरत चिंतन, न कंटाळता मनन केल्यावाचून राजकारण ‘करतल मलवत्’ होत नाही! कधीतरी सहज जाता-जाता त्याच्या वाटेला न जाणंच बरं!

माझा मित्र केयूर साठे याला हे ‘फंडामेंटल प्रिन्सिपल’ माहीत नव्हतं. मागं एकदा मी त्याच्याकडे गेलो होतो, तेव्हा दुकानदारानं ज्यात दालचिनी बांधून दिली होती, तो कागद स्वारी वाचत बसली होती. मला पाहून तो आश्चर्यानं ओडला, “पाह्यलंस! कृष्णम्माचारींनी राजीनामा दिला म्हणे!”

बातमी चार वर्षांपूर्वीची होती. तरीसुद्धा मी नवीन बातमी ऐकल्यासारखा चेहरा केला व ‘असं?’ म्हणून विचारलं.

“आश्चर्य आहे बुवा! मुंदडा नामक गृहस्थानं काहीतरी भानगड केली म्हणे! पण म्हणून अर्थमंत्र्यांना त्याचा ताप का बुवा?”

एवढं झाल्यावर मला राहवलं नाही. त्याच्या अगाध अज्ञानाला आणखी विविध पैलू पडू नयेत, म्हणून मी ते प्रकरण अथपासून इतिपर्यंत त्याला सुनावलं. वर पुन्हा म्हटलं, “तू वर्तमानपत्र वाचत जा बाबा! या लोकशाहीच्या जमान्यात वृत्तपत्र म्हणजे ‘फोर्त इस्टेट!’’ शेवटचं वाक्य एका एम. पी. च्या भाषणातून घेतलेलं!

दुसऱ्या दिवसापासून तो वर्तमानपत्र वाचू लागला. एक-दोन दिवसांनी तो भेटला तेव्हा मला कधी नव्हे ते आपण होऊन ‘गुडलक’मध्ये घेऊन गेला. चहा मागवून त्यानं खासगी आवाजात मला विचारलं, “राजेश्वर दयाळ हे गृहस्थ कोण?”

“कांगोमधले हॅमरशूल्डचे खास प्रतिनिधी.”

“कांगो?”

“होय—बेल्जिअन कांगो.”

“तिथं काय चाललंय?”

“तिथं मोबुटूच्या मदतीनं कटांगाच्या टिशोंबेनं पॅट्रोस लुमुंबाचा खून केला. नंतर कासवुबुनं-”

“मराठीतून बोलतो आहेस ना?” —त्याचा व्याकूळ प्रश्न.

“होय.” मी सखेदाश्चर्यानं म्हटलं.

“मग मला ओळीने साऱ्यांची ओळख करून दे.”

तेवढ्यात चहा आला. लिओपोल्डव्हीलहून एलिझाबेथव्हीलला पोचलो तेव्हा पुन्हा सामोसे व चहा झाला आणि जनरल लुंडुलाचं आगमन झालं तेव्हा जेवायची वेळ झाली म्हणून माझ्या प्रिय मित्राला ‘तंदुरी चिकन’ मागवावं लागलं.

यानंतरचे दोन-तीन दिवस ‘अल्जिरिया’, ‘जबलपूर दंगल’, ‘पंजाबी सुभा’ आदी विषयांवरली माझी बौद्धिकं आणि हॉटेलमध्ये किमान सात-आठ रुपये बिल—यांचा नुसता धूमधडाका सुरू होता!

अखेरीस व्हायचं तेच झालं! राजकारण हा एकंदरीत अतिशय महाग

विषय आहे, डोक्याला व हिशेबाला न परवडणारा आहे, हे केयूरला उमजून आलं. त्यानं त्यातून आपलं लक्ष साफ काढून घेतलं. (हो, सांगायचं राह्यलंच! आजकाल तो वाण्याकडे दालचिनीसकट सारे जिन्नस न चुकता रुमालातच बांधून आणतो.)

तात्पर्य—राजकारणाचं व्यसन काय, अगर पथ्य काय—दोन्ही वाईटच! कुणी विचारील, मग चांगलं काय? त्यातून सुवर्णमध्य गाठायचा कसा?

जाऊ द्या— त्या राजकारणात न शिरलेलं बरं!

▢▢▢

१०. साहित्यिकांची आणखी एक जात!

संध्याकाळी मेन रोडनं एकटाच निघालो होतो. समोरून सदानंद पवार येत असलेला दिसला. त्याची-माझी फारशी ओळख नव्हती. म्हणून दात विचकून पुढं सटकावं, असं ठरविलं; पण तो मला पाहून हसला. माझ्याजवळ आला आणि विचारू लागला - ''काय हो, तुमची त्या 'गर्जना' दैनिकांच्या संपादकाशी ओळख आहे का?''

''थोडीशी आहे. का बरं?''

''माझं एक काम आहे.'' त्याच्या स्वरात अजीजी होती. -''गर्जने' मधल्या 'वाचकांचा पत्रव्यवहार' या सदरात माझी पत्रं नियमित प्रसिद्ध होतात, हे तुम्हाला माहीत आहेच. दोन आठवड्यांपूर्वी मी एक पत्र पाठविलं होतं नि त्यात कृष्ण मेननवर लिहिलेल्या अग्रलेखावर चांगली टीका केली होती. ते पत्र त्यांनी छापलं नाहीच; पण त्यानंतर मी बरीच पत्रं पाठविली; त्यांचीही त्यांनी दखल घेतली नाही. तेव्हापासून मला फार काळजी वाटू लागलीय. रात्र-रात्र झोप लागत नाही–''

''हात्तिच्या! न येईनात का पत्रं छापून. त्यात विशेष ते काय झालं?'' मी बेफिकिरीनं म्हटलं.

पवारानं चेहरा आकुंचित केला. डोळे उलटेसुलटे

फिरवले. त्याला फेफरे येणार, असं वाटून मी घाबरलो. आवंढा गिळून तो कसंबसं बोलला, ''काय बोलता हे? आत्ताच कुठं मी उत्तम पत्रलेखक म्हणून नाव कमवू लागलो होतो. अशा वेळी माझ्या मार्गात ही अडचण? शनिवार पेठेतल्या रस्त्यावर म्हशींचे घोळके यावेत अगर गंज पेठेतल्या पिवळ्या चाळीजवळ कचऱ्याची पेटी नसावी–''

''अहो, पण तो संपादक छापत नसेल तर न छापीना का! त्यामुळं तुमचं किंवा आणखी कुणाचं काय बिघडणार आहे?'' मी थंडपणे बोललो. दोन तारीख झाली की माझ्या साऱ्या वर्तणुकीत आपोआप थंडपणा येतो!

माझ्याकडे पाहून त्याने डोळे बारीक केले, नाक उडवून तुच्छता दर्शविली. मग तो हातवारे करून म्हणाला, ''काय बिघडणार आहे? समाजाचं केवढं नुकसान होणार आहे याची तुम्हाला कशी कल्पना येणार! आम्ही पत्रलेखक म्हणजे समाजाची दु:खं वेशीवर टांगणारे, बारीकसारीक अडचणींना वर्तमानपत्ररूपी व्यासपीठावर वाचा फोडून त्यांच्या निराकरणासाठी रात्रंदिवस तळमळणारे. नेहरू जसे रात्रंदिवस शांततेसाठी तळमळतात अगर राजुरे ते विटे एस. टी. सर्व्हिस—हल्ली ती नियमित झाली आहे—माझ्या पत्रामुळं बरं का!-तर ती सर्व्हिस जनहितासाठी जशी तळमळते-तुम्हाला ठाऊक नसेल-पण आतापर्यंत माझी साडेचारशे पत्रं प्रसिद्ध झाली आहेत. हजार झाली की त्यातली निवडक पत्रं मी पुस्तकरूपानं छापणार आहे, एखाद्या मोठ्या लेखकाची प्रस्तावना घेऊन...'' तेवढ्यात मोटारीच्या ब्रेकचा कर्कश आवाज झाला आणि आम्हा दोघांची दृष्टी तिकडे वळली. कसला तरी किरकोळ अपघात झालेला दिसत होता. पवार किंचाळला, ''मी 'जनमनाच्या कानोशा'त तळमळून लिहिलं— हा रस्ता वन् वे ट्रॅफिक करा म्हणून, पण कराड स्टेशनवरल्या टी स्टॉलवाल्यानं...'' पुढंच मला ऐकू आलं नाही. माझा नीट निरोप न घेताच स्वारी अपघात झाला त्या बाजूकडे पळालीसुद्धा!

आज एका नव्या प्रकारच्या लेखकाचा जवळून परिचय झाला, या आनंदात मी पुढे निघालो. मनात आलं—आज शारदादेवीच्या मंदिरात भाक्रा-नानगल धरणावर धरणाएवढी प्रचंड कादंबरी लिहिणाऱ्यापासून तो 'अगा अगा, केवढा मोठा झगा' ही वात्रटिका लिहिणाऱ्या विनोदी कवीपर्यंत

सर्वांनी गर्दी करावी आणि सदा पवारसारख्या महान पत्रलेखकांना मात्र तिच्या मंदिराच्या पायरीपाशीही स्थान असू नये; याला काय म्हणावं?

आजकाल कोणतंही वर्तमानपत्र उघडा, अग्रलेखाबरोबर त्यात वाचकांच्या पत्रव्यवहाराला प्रमुख स्थान दिलेलं आढळेल. अनेक नावं, पण परमेश्वर एकच! तद्वत 'जनमनाचा कानोसा', 'पाचामुखी परमेश्वर', 'जनता-जनार्दनाचे व्यासपीठ' अशी विविध नावे; पण साहित्यप्रकार एकच. चारी पानभर इतस्ततः विखुरलेल्या आणि रटाळ भाषांतर केलेल्या बातम्या न वाचता केवळ ही सदरे वाचली तरी क्रुश्चेव्हचे कुठे चुकत आहे किंवा मॅकमिलनचे आसन कसे डळमळीत आहे याचे ज्ञान होते. इतकेच नव्हे, तर मौजे वडवणे ते मौजे उगार खुर्द यादरम्यान पूल नाही. झुमरी तलैयाहून पहाटे चार-वीसला सुटणारी गाडी चार एकावन्नला सोडली तर हजारोंची सोय होणार आहे. खडकपूर एस. टी. स्टँडवरील कंट्रोलर बेपर्वाईने वागतो— यांसारखी विविध व बहुमोल माहिती सहज प्राप्त होते. 'पत्रव्यवहार' हे सदर वाचून मिळणाऱ्या ज्ञानापुढं कुटमुटिया किंवा अगरवाल यांची 'जनरल नॉलेज'वरची पुस्तकं म्हणजे शिरवळ एस. टी. स्टँडपुढं पुण्याचा एस. टी. स्टँड! (स्टँडच्या तुलनेसाठी वाचा– 'चीत्कार'मधील ४ ऑक्टोबर १९६१ चे पत्र) वर्तमानपत्रांनी दुर्मीळ झालेला वृत्तपत्रीय कागद बातम्या देऊन विनाकारण खर्ची न घालता केवळ 'वाचकांचा पत्रव्यवहार' हे एकच सदर ठेवावे, अशी सूचना स्वतः सदा पवारने 'गर्जने'त काही दिवसांपूर्वी केल्याचे स्मरते.

साहित्य हे कलेसाठी नाही; ते जीवनासाठी आहे, हे प्रत्यक्ष कृतीने दाखविणारे साहित्यिक म्हणजे उपरोल्लेखित पत्रलेखक. 'कलेसाठी कला' असा घोष करून व्ही. पी. ने कथा पाठविणाऱ्या मुरब्बी साहित्यिकांचा धूर्तपणा या पत्रलेखकांच्या अंगी नाही. गीतेत सांगितल्याप्रमाणे फळाची अपेक्षा न धरता, मोबदल्यासारख्या क्षुद्र गोष्टीला महत्त्व न देता, भोवतालच्या जगाच्या कल्याणाचे कार्य अविरतपणे करणे— हेच या लेखकांचे जीवितध्येय. आपली लेखनकला ते जीवनासाठी, मानवजातीच्या कल्याणासाठी राबवितात. क्रुश्चेव्हने मॅगॅटोन बॉंबचा स्फोट केला तेव्हा समस्त मानवजातीचा उमाळा

प्रगट झाला तो घारूअण्णा तिळवे, राहणार आळंदी (देवाची) यांच्या 'चिटोरे' दैनिकात प्रसिद्ध झालेल्या अर्धा कॉलम पत्रातून. चिनी आक्रमणाबाबत भारतीय कम्युनिस्ट मौन का पाळतात याचे सडेतोड विवेचन करून कम्युनिस्टांचा राष्ट्रघातकी, आपमतलबी डाव अचूक ओळखला तो चंपूबाई पेडकर (तासगाव) यांनी. मिग विमानांच्या खरेदीबाबत 'चीत्कार'चे प्रमुख पत्रलेखक श्री. भीमराव मोगलसराईकर यांनी दिलेला सल्ला कृष्ण मेननने मानला असता, तर मोरारजींना भिक्षेची झोळी घेऊन युरोपयात्रा करावी लागली नसती. आंतरराष्ट्रीय राजकारणाचा राम कुदळे यांचा सखोल व्यासंग त्यांच्या खालील पत्रावरून ध्यानी यावा :

'अमेरिकेचे अध्यक्ष केनेडी यांना भारताविषयी सहानुभती आहे. भारताच्या आर्थिक विकासाबाबत आस्था आहे, पण त्यांच्या भोवती जमलेले लोक त्यांची दिशाभूल करून त्यांचे नाव बद्दू करू पाहत आहेत. स्टीव्हन्सनने केनेडीचे म्हणणे न ऐकता भारताच्या गोवा धोरणावर कडक टीका केली आहे, हे कशाचे द्योतक? सिनेटमधील डेमॉक्रॅटिकपक्षीय याच तऱ्हेची भूमिका घेत आहेत. पुढील निवडणुकीवर डोळा ठेवून असलेल्या रिपब्लिकन्सनी या लोकांशी संगनमत करून केनेडीचे नाव वाईट करण्याचा चंग बांधला आहे, हे केनेडींनी पक्के जाणून असावे. राजकारणाचे डावपेच कुशलतेने लढविण्याइतकी मुत्सद्देगिरी केनेडींच्या अंगी नाही. ते अजून 'बच्चा' आहेत, असाच निष्कर्ष यावरून निघतो.'

पत्रातील शेवटचे वाक्य पाहा. अलेक्झांडरची पत्रास न बाळगणारा तत्त्ववेत्ता डायोजिनिस आणि केनेडीला 'बच्चा' म्हणणारा राम कुदळे या दोघांच्या अस्मितेत काहीही फरक नाही. खरा साहित्यिक उच्चनीचपणा मोजत नाही, हेच खरे! नेहरूंना अनेक प्रसंगी अनेकवार उपदेशाचे डोस पाजण्याचे मनोधैर्य प्रस्तुत पत्रलेखकांनी दाखविलेले आहे. नेहरूंनी महत्त्वाच्या प्रश्नावर मंत्रिमंडळाचा सल्ला न घेता प्रमुख पत्रलेखकांचे एक पॅनेल 'ॲडव्हायसरी कौन्सिल' म्हणून नेमावे, अशी बहुमोल सूचना नुकतीच 'भालाफेक' पत्रातून केली गेली; ती उगाच नाही. (त्यात आपलाही अंतर्भाव व्हावा, असे पत्रलेखकाने नम्रपणाने सुचविले आहे. लोककल्याणासाठी केवढी ही तयारी...

केवढा हा स्वार्थत्याग!)

उपर्युक्त पत्रलेखक जागतिक राजकारणाच्या विशाल प्रांगणात स्वैरपणे विहार करीत असले तरी आजूबाजूच्या टीचभर जगाकडे ते दुर्लक्ष करीत नाहीत. किंबहुना, काही पत्रलेखकांनी स्वत:ला केवळ याच उद्योगाला वाहून घेतले आहे, असे 'पत्रव्यवहार' हे सदर बारकाईने वाचणाऱ्याला आढळून येईल. 'आज भारताला स्वातंत्र्य मिळून दहा वर्षे झाली (दर वर्षी हा आकडा एकाने वाढवावयाचा, हा नियम हे पत्रलेखक काटेकोरपणे पाळतात); असे असूनही 'पोमलवाडीच्या चावडीपुढे गाढवे बेदिक्कतपणे बसत असतात.' यांसारख्या तक्रारी विपुल प्रमाणात आढळाव्यात, जे जागरूकपणाचे लक्षण नव्हे काय? 'भारत स्वतंत्र होऊन अमुक वर्षे झाली', हे पालुपद कायमच राखून पुढे अनेक महत्त्वाच्या सूचना पत्रातून मांडल्या जातात. उदाहरणादाखल पुढील पत्र पाहावे :

'आज भारताला स्वातंत्र्य मिळून पंधरा वर्षे झाली, पण जेजुरी गावात सरकारी दवाखान्याच्या खालच्या अंगाला रस्त्यावरील म्युनिसिपालिटीच्या दिव्याची काच फुटलेली असावी, हे आश्चर्य नव्हे काय? काच फुटल्यामुळे दिवा विझतो आणि मग रात्री-बेरात्री या बाजूला बायकामंडळींना जाणे मुश्किल होते. गेल्या आठवड्यात बायकांचा विनयभंग होण्याचे प्रकार दोनदा घडले व मी ते स्वत: डोळ्यांनी पाहिले. दिवा नसल्यामुळे मला काही करता येईना. अबलांच्या अब्रूची काच फुटू नये, अशी इच्छा असेल, तर या दिव्याची काच लवकर बसविली गेली पाहिजे. संबंधित अधिकारी दोन्ही काचांकडे लक्ष देतील काय आणि या काचातून जेजुरीकरांना मुक्त करतील काय?'

वरील पत्रातील अलंकारयुक्त भाषेच्या सूक्ष्म सौंदर्याची व सूचकतेची फोड करून सांगितलीच पाहिजे, असे नाही.

आजच्या यंत्रयुगातील मानव, आजचे नटवे जीवन, तकलुपी प्रेम, हे जसे आजच्या साहित्यिकांचे आवडते विषय; तद्वत् एस. टी. स्टँड, रेल्वेची टाइमटेबल्स, नद्यानाल्यांवरचे पूल, कचऱ्याच्या पेट्या, रस्त्यावरील गाईम्हशींचे अडथळे, गावाबाहेरचे आणि कॉर्पोरेशन राजकारणातले उकिरडे—हे या

पत्रलेखकांचे लाडके विषय. तथापि, त्यांच्या विषयांची मर्यादा एवढीच नाही. ती खऱ्या अर्थाने विशाल असते. त्यांच्या विषयांचे वैविध्य पाहून मोठमोठ्या साहित्यिकांनी लज्जेने खाली मान घालावी! कचऱ्याच्या पेटीसारख्या साध्या विषयात मोठा आशय शोधणारे हे पत्रलेखक जीवनाच्या इतर अंगांविषयी बेफिकीर असतात असे समजणे म्हणजे, विविध तक्रारींवर प्रादेशिक प्रसिद्धी अधिकाऱ्याने केलेली उत्तररूपी मखलाशी ग्राह्य मानणे होय. पत्रलेखकांना कोणताही विषय वर्ज्य नसतो. आजकालचे सिनेमा, सिनेमांची पोस्टर्स, पौराणिक नाटकात नटीने नेसलेली अपुरी वस्त्रे, रेडिओवरील कार्यक्रम यावरही ते अधिकारवाणीने लिहितात. साहित्य हे आत्मकेंद्री असते, तद्वत् या लेखकांच्या साहित्यातून त्यांची वैयक्तिक आवडनिवड व्यक्त झाल्यास नवल नाही. मुद्दा स्पष्ट व्हावा, म्हणून खालील पत्र पाहावे :

'आजकाल पुणे नभोवाणीवर चालले आहे तरी काय? 'मैत्रिणींनो, सांगू नका नाव घ्यायला' आणि 'हळूच धर ना हात साजणा पिचेल रे बांगडी' ही एकोणिसाव्या शतकातील गाणी आमच्या माथी का मारण्यात येतात? 'राधा कृष्णावरी भाळली' किंवा 'विसरशील खास मला' ही गाणी का लावत नाहीत? हिंदी सिनेमातील गाणी लावताना निवड चांगली असत नाही. तीच ती रडवी गाणी लावण्यापेक्षा 'अयोय्यो करू मै क्या सुक्कु सुक्कु' यांसारखी खेळकर व अर्थगर्भ गाणी लावल्याने आजच्या महर्गतेच्या काळात लोकांच्या कपाळावरील अनेक आठ्यांपैकी एक आठी तरी पुसल्याचे श्रेय नभोवाणीस मिळेल...'

वरील पत्रात पत्रलेखकाची पोटतिडिक, त्याची जनताजनार्दन-सेवावृत्ती आणि रसिकता स्पष्टपणे दिसून येत नाही काय? साहित्य-साहित्य म्हणतात, ते तरी काय असते? त्यातही हेच गुण लागतात. मग इतरांचेच तेवढे स्तोम माजविण्याचे काय कारण? स्वमताचा आग्रह कोणता साहित्यिक धरत नाही? क्रिकेटचा सीझन सुरू झाला की, टेस्टमध्ये कुणाकुणाला घ्यावे व कुणाकुणाला वगळावे याबद्दलच्या पत्रलेखकांच्या सर्व सूचना क्रिकेट कंट्रोल बोर्डाने मानल्या, तर अकराऐवजी पंचवीस-तीस खेळाडूंची टीम तयार करता येऊन प्रतिस्पर्ध्याहून आमच्या खेळाडूंना अधिक धावा काढणे आणि

क्षेत्ररक्षण सुधारणे सोपे जाणार नाही काय? पण 'योजकस्तत्र दुर्लभ:', हेच खरे!

जनतेच्या जिव्हाळ्याच्या विषयावर लिहिण्याची पत्रलेखकांची नेहमीच तयारी असते. कसलाही वाद असो; आपल्या मताचे लाकूड त्यात खुपसून वादाची शेकोटी कित्येक दिवस पेटत ठेवण्याची हातोटी पत्रलेखकांना सहज साधते. 'भूत आहे की नाही' या विषयावर 'दुष्काळ' दैनिकात प्रसिद्ध झालेले पत्रलेखकांचे सुरस अनुभव एकत्र केले, तर जगातील (भूत) वाङ्मयाला ललामभूत ठरेल असा ग्रंथ निर्माण होईल, यात बिलकुल संदेह नाही. 'मुलीला मंगळ असतो की नसतो' यावर होणारा परिसंवाद मोठमोठ्या ज्योतिषांना तोंडात बोट घालावयास लावील, एवढ्या योग्यतेचा असतो. यात 'मंगळ नाही' असा पक्ष घेणारे मंगळवाल्या उपवर मुलीचे बाप असतात, अशी कुत्सित टीका कोणी केली तरी 'मंगळ आहे' म्हणणाऱ्यांवर तुम्ही कसला हेत्वारोप करणार आहात? तात्पर्य—पत्रलेखनात वैयक्तिक सोई-गैरसोईंहून शास्त्रीय चिकित्सेवर अधिक भर देण्यात येतो, हे मनात ठसावे. 'एक वेणी घालावी की दोन?' या वादात बॉबकटवाली मिस् हिल्डा मस्किता हिरीरीने भाग घेते, तेव्हा तिच्या लेखनात आत्मनिष्ठेपेक्षा वस्तुनिष्ठेवर अधिक भर असतो. 'पोलक्याची बटणे पुढे असावीत की मागे?' या वादात भाग घेणारे बहुसंख्य लेखक पुरुष होते आणि 'पुरुषांनी हिटलरी मिशा ठेवाव्यात की क्लार्क गेबली?' या वादात स्त्रियांनी बहुसंख्येने भाग घेतला होता. मुद्दा हाच की, पत्रलेखनात साहित्यिक गुण भरपूर असतात. वस्तुनिष्ठ विवेचन व विषयनिष्ठ अलिप्तता यांचे त्यास वावडे नसते. प्रत्यक्षानुभूतीची वाट न पाहता वर्ण्य विषयाशी तादात्म्य होण्याचे पत्रलेखकाचे कौशल्य कुठल्याही श्रेष्ठ साहित्यिकाला मागे टाकणारे असते. नाहीतर वाढलेल्या मुलींनी स्कर्ट वापरल्याने त्यांना कोणत्या अडचणींना तोंड द्यावे लागते याचे सुगम व सुबोध विवेचन नामवंत पत्रलेखक ह. भ. प. सोंडेकरशास्त्रीबुवा यांना कसे करता आले असते? तसेच पुरुषांनी केसांचा सोल्जरकट केला तर ते भिजलेल्या बोक्यासारखे दिसतात, असे अचूक वर्णन करणे कुमारी गोदावरीबाई घाटपांडे, हेड शिक्षिका, मुलींचे हायस्कूल यांना कसे शक्य झाले असते?

‘अहो रूपम् अहो ध्वनि:’ या धर्तीवर एकमेकांची प्रसिद्धी करणारे व स्वत:ही प्रसिद्धीस येणारे आजकालचे नवसाहित्यिक व नवकवी आपला प्रांत सोडून बऱ्याच वेळा मोठमोठ्या गहन विषयावर चर्चा करताना दिसतात. याही बाबतीत पत्रलेखक किंचितही मागे पडत नाहीत. मोठमोठ्या साहित्यिक वादांवर मोठ्या हिरीरीने मत-प्रकटन करताना पत्रलेखकांनी आपल्या प्रगाढ व्यासंगाची चुणूक दाखविलेली अनेकवार दृष्टोत्पत्तीस येते. ‘ॲरिस्टॉटलचे काव्यशास्त्र’पासून ते तहत ‘सौंदर्यशास्त्रातील दोन गुलजार ससे’ इथपर्यंत कोणताही विषय पत्रलेखकास चालतो. साहित्यावर आपले मत प्रकट करीत असताना पत्रलेखक कोणाचीही भीडभाड ठेवीत नाही. इतर साहित्यिक आपल्या खासगी संबंधांत बाध येऊ नये म्हणून व्यवसायबंधूंवर टीका करताना सावधगिरी बाळगीत असतात. संपादकाच्या कचेरीत त्याच्या खर्चाने चहा-चिवडा चापताना दोन साहित्यिक एकमेकांवर नाजूक टीका करून एकमेकांचे नाव वाचकांपुढे सातत्याने ठेवण्याचे आपापसात ठरवतात आणि दोन्ही लेखक आपापल्या परीने महान आहेत, असा निर्णय अनेक अर्थांनी त्या लेखकांच्या ऋणात असलेला संपादक अखेरीस देतो. परंतु अशा गनिमी काव्याचा पत्रलेखकास तिटकारा आहे. त्याच्या अंगी स्पष्टवक्तेपणा पुरेपूर बाणलेला असतो. पुढील पत्र याची साक्ष देईल :

‘सांप्रत मराठी साहित्यात अंधेर आहे, अंधेर! फडके-खांडेकर केव्हाच संपले. फडके वर्षाला दोन-दोन कादंबऱ्या लिहितात खरे, पण केवळ पार्श्वभूमी वेगळी. (ब्रह्मदेश, केरळ वगैरे.) बाकी नायिकेच्या गोऱ्या मानेवर रुळणारा सैलसर अंबाडा तोच आणि नायकाच्या केसाळ मनगटावर रुतणारे घड्याळही तेच. ‘जीवन ही खिडकी आहे’ हा घोष खांडेकर अधूनमधून करीत असतात, पण त्यात नवीन काही नाही. गाडगीळ-गोखल्यांची नवलाई संपली. माडगूळकरांचा ग्रामीण मालमसाला संपुष्टात आला. भावेंचे ‘नव्वद सहस्र’ मिळवणारे आणि ‘स्वयंचालिके’त बसणारे नायक वाचकांच्या चांगलेच ओळखीचे झाले आहेत. मराठी वाङ्मयात आज नाव घेण्यासारखे कोणी लेखक राहिलेले नाहीत. ही पोकळी अशीच राहणार काय? मराठी ललित साहित्याला पोरकेपणाचा शाप अद्यापि किती वर्षे बाधणार आहे?...’

वरील पत्रसाहित्य अनेक दृष्टींनी अभ्यासण्याजोगे आहे. त्यातील सडेतोड टीका ही खरोखरी मौलिक ठरावी. 'जाणिवांच्या प्रेरणांचा परिणामदर्शक आलेख काढण्यात माडगूळकर अपशयी ठरत आहेत.' किंवा 'अलीकडे चैतन्याच्या निगूढ नि:श्वसितांना उद्‌गार देताना पाडगावकरांची प्रतिभा थिटी पडते. ते त्यांचे यश (आणि अपयशही)' अशा तऱ्हेच्या टोकदार टीकेपेक्षा पत्रलेखकांची 'काळ्यास काळे' व 'पांढऱ्यास पांढरे' म्हणणारी टीका साहित्यात दुर्मीळ झाली आहे. तिला उत्तेजन देणे, हे साहित्यनिर्मितीच्या दृष्टीने उपकारक ठरणार नाही काय? देशीविदेशी साहित्यातील सूक्ष्म स्पंदने या पत्रलेखकांना इतक्या तीव्रपणे जाणवतात की, भारतात बंदी घालण्यात आलेली 'लेडी चॅटर्लीज लव्हर' कादंबरी अश्लील आहे की नाही, या विषयावर प्रसिद्ध झालेले पत्रसाहित्य पाहून 'घरटी' या कादंबरीची प्रत असल्याची कुणाचीही खात्री व्हावी!

आजकाल साहित्यिकांच्या गलबत्यात नवोदित लेखकाची वर्णी लागणे फारच कठीण होऊन बसले आहे. 'साभार परत' आलेल्या साहित्याचे गठ्ठे पोस्टमन रोज वाहत असलेल्या बोज्याचे वजन वाढवितात. पत्रलेखकांना एवढी अन्यायकारी वागणूक मिळत नाही. संपादकाने लिहिलेल्या कोणत्याही अग्रलेखाची वारेमाप स्तुती करणारे, त्याला 'टिळक-आगरकर-शि. म. परांजपे' यांच्या पंक्तीत नेऊन बसविणारे भलेमोठे पत्र पाठविले की झाले. एक-दोन आठवड्यात त्या लेखकाची साहित्यनिर्मिती भूमितीश्रेणीने वाढविलेली दिसून येते. उदयोन्मुख लेखकांनी या गोष्टीची जरूर दखल घ्यावी.

परवा सदा पवार पुन्हा भेटला. स्वारी बरीच खुषीत होती. 'गर्जने'च्या संपादकाचे व त्याचे संबंध सुधारले असावेत! मला पाहून तो धावत आला व म्हणाला, "तुम्हाला आमंत्रण मिळालंच असेल?"

"कसलं?"

"पत्रलेखकांचं संमेलन आहे. मी स्वागताध्यक्ष आहे. श्री. बल्लव तुळशीराम उरसळ अध्यक्ष आहेत. आजपर्यंत त्यांनी लिहिलेल्या पत्रसाहित्यानं हजाराची मजल ओलांडली आहे."

"ठराव कोणकोणते येणार आहेत तुमच्या संमेलनात?"

'महाराष्ट्र सरकारनं उत्कृष्ट पत्रलेखकाला दर वर्षी बक्षीस द्यावं. वेगवेगळ्या नियतकालिकांनी ज्वलंत प्रश्नांवर पत्रांची स्पर्धा ठेवावी आणि भरघोस पारितोषिकं वाटावीत, पत्रसाहित्यिक परिषदेच्या वतीनं एक मासिक सुरू करावं, दर वर्षी पत्रसाहित्यिकांचं संमेलन भरवावं आणि वर्षात कोणकोणत्या विषयांना हात घालावा, हे आपापसात ठरवावं... वगैरे."

सदा पवारला आवरणं अवघड होतं. साहित्यिक एकदा बोलायला लागला की त्याला थांबवायची कुणाची प्राज्ञा आहे?

❑❑❑

११. साहित्य संमेलन आणि लग्न

खरं पाहता, माझा साहित्याशी बादरायणसुद्धा संबंध नाही. इंग्रजी सहावीपर्यंत 'अरुण वाचन' आणि कॉलेजातील दोन वर्षे 'गद्य-पद्य-वेचे' यापलीकडे मी मराठी साहित्याशी आजपर्यंत फारशी लगट केलेली नाही. लग्नात भेट आलेली पुस्तकं मी रजेचे अर्ज खरडताना खाली धरायला वापरतो. असं असूनही मी गोव्याच्या साहित्य संमेलनाला जायचं ठरविलं. येरवडा मेंटल हॉस्पिटलमध्ये रोग्यांची खानेसुमारी ठेवणाऱ्या माझ्यासारख्या एका कारकुंड्याचं साहित्य संमेलनाशी तसं काय नातं असणार? मराठीत या वर्षी किती पुस्तके प्रसिद्ध झाली आहेत यापेक्षा सरकार एका वेड्यावर रोज किती पैसे खर्च करतं याचं मला अचूक ज्ञान आहे. मराठी कादंबरीची गेल्या दहा दशकांत किती प्रगती झाली आहे, ते मला माहीत नाही; मात्र येरवडा हॉस्पिटलमधील किती वेडे गेल्या दहा वर्षांत सुधारले, हे मी झोपेतसुद्धा सांगू शकेन. तेव्हा मी साहित्य संमेलनाला जाणं म्हणजे डॉक्टरानं अर्थमंत्री होणं अगर भूगोलाच्या शिक्षकानं केमिस्ट्री शिकविण्यासारखं होतं.

संमेलनाच्या निमित्तानं गोव्याला भेट द्यावी, हा माझा अंत:स्थ हेतू होता. निम्म्या खर्चात गोव्याचा प्रवास, अवघ्या

आठ रुपयांत राहण्याजेवण्याची सोय यांसारख्या आकर्षणांमुळं गोव्याला जायचा मी बूट काढला. एरवी पंचावन्न-तीन-पंचाऐंशी— ई. बी. एकशेतीस पगार असणाऱ्या माझ्यासारख्या कारकुनाला गोव्याची ट्रिप परवडण्यासारखी नव्हती. दुसरं असं की, लग्न झाल्यापासून बायकोला घेऊन आळंदीच्या पलीकडं गेलो नव्हतो. 'ते वसंतराव पाहा कसे रसिक आहेत. बायकोला घेऊन कुठं कुठं जाऊन येतात-' असं माझ्या कानीकपाळी ओरडून बायकोनं विनाकारण माझ्यावर अरसिकपणाचा शिक्का मारला होता. ऑफिसातून ॲडव्हान्स घेऊन कलत्रासह जिवाचं गोवं करावं, असा बेत मी योजला. या चैनीमुळं आमचं अंदाजपत्रक दोन-चार महिने तुटीचं होणार होतं खरं; परंतु काटकसरीचे अनेक मार्ग स्वत: गृहमंत्र्यांनी सुचविल्यामुळं तोही प्रश्न निकालात निघाला.

संमेलनाची दोन तिकिटे काढून मी रेल्वेचे सवलतीचे फॉर्म मागविले आणि ते आल्यानंतर रिझर्व्हेशनच्या मागे लागलो. बरोबर कलत्र असल्याने थर्ड क्लासचा धक्काबुक्कीचा प्रवास तिच्या प्रकृतीला सोसला नसता आणि पहिल्या-दुसऱ्या वर्गाचा प्रवास माझ्या खिशाच्या प्रकृतीला मानवण्यासारखा नव्हता. तो वीस तासांचा लांबलचक प्रवास झोपण्याच्या डब्यातून करण्याशिवाय आमच्यापुढे दुसरा पर्याय नव्हता.

संमेलनाआधी गोवा पाहून संपवावा, असं ठरवलं, म्हणून संमेलनापूर्वी दोन-चार दिवस गोव्याला प्रस्थान ठेवण्याचा बेत केला. त्यासाठी दहा दिवस आधी तिकिटं रिझर्व्ह करणं जरूर होतं. रीतसर मी स्नानसंध्या आटोपून, शुचिर्भूत होऊन ऑफिसला जाण्यासाठी घरातून लवकर बाहेर पडलो व स्टेशनवर दाखल झालो. सदर्न रेल्वेच्या चिंचोळ्या खिडकीकडे मी नजर फेकली. अरे बापरे! त्या खिडकीला फुटलेलं गर्दीचं शेपूट मारुतीच्या पुच्छाप्रमाणं झपाट्यानं वाढत चाललेलं होतं! मी उभा राहिलो आणि माझ्यामागं दहा-वीस लोकांनी क्यू लावला. माझ्या दृष्टीनं समाधानाची गोष्ट एवढीच होती की, एक सुरेख कॉलेजकुमारी माझ्यासमोर रांगेत उभी होती आणि केवळ 'कलेसाठी कला' म्हणून तिच्याकडे पाहत राहण्यानं निदान वेळ तरी झपाट्यानं गेला असता!

ती खिडकी मंद गतीनं समोरची गर्दी गिळत होती. आम्ही मुंगीच्या पावलानं पुढं सरकत होतो. त्या गतीनं खिडकीपर्यंत पोहोचायला संध्याकाळ होणार होती खचित, पण कारकुनाच्या अंगी मुरलेली चिकाटी मला तेथून जाऊ देईना. समोरची मुलगीही लडिवाळपणे शेपटे हलवीत होती. भिरभिरत्या डोळ्यांनी मागं-पुढं पाहत होती. तेव्हा लढाईच्या भाऊगर्दीत गडावरचे दोर कापणाऱ्या सूर्याजी मालुसऱ्याप्रमाणे क्यूच्या गर्दीत उभं राहून ऑफिसच्या मार्गाचे दोर मी मनातल्या मनात सरासर कापून टाकले.

बराच वेळ उभी राहिल्यानं त्या मुलीचे पाय दुखू लागले असावेत. एकदा या पायावर व एकदा त्या पायावर भर देत व काहीतरी पुटपुटत ती उभी राहिली होती. तेवढ्यात तिला क्यूच्या पुढल्या बाजूस कुणीतरी ओळखीचं दिसलं. भान न राहून ती ओरडलीच, ''अय्या जयश्री! तू इकडं कुठं?''

''मी गोव्याला. तू कुठं चाललीस?''

''मीही चालले त्या कुंभमेळ्याला. दोन मैत्रिणी येणार आहेत, पण त्या येणार मुंबईहून. त्यामुळं ही रिझर्व्हेशनची कटकट मला करावी लागतेय.''

''असं का? पण तुला मिळेल ना रिझर्व्हेशन?''

''कोण जाणे बाई! ए, नाही तर तूच काढ ना माझी तिकिटं. मी फॉर्म भरून ठेवलाय. प्लीज हं-'' असं म्हणून माझ्या समोरची मुलगी पुढं गेली आणि आपले फॉर्म्स त्या जयश्री नामक मुलीकडं देऊ लागली.

हा प्रकार पाहून तिच्या 'दोन माणसं पुढं' उभा राहिलेला एक तरुण भयंकर संतापला, ''अहो मिस, आम्ही सकाळपासून इथं उभं आहोत, ते काय माश्या मारण्यासाठी?''

''पण मी कुठं तुम्हाला आडकाठी करत्येय त्या कामात?'' ती मुलगी सहज म्हटल्यासारखं बोलली व आपल्या ध्येयाप्रत वाटचाल करू लागली.

''हे पाहा, अशी वशिलेबाजी मनात आणलं, तर आम्हीही करू शकलो असतो; पण सभ्य माणसाप्रमाणं रांगेत उभे राहिलो आहोत. असं पुढं घुसून आमच्या सभ्यपणाचा गैरफायदा घेऊ नका. नाही तर मला कम्प्लेंट करावी लागेल.'' बराच वेळ क्यूमध्ये उभा राहिल्यामुळे त्या तरुणाच्या

मनात साचलेली चीड तिच्या निमित्तानं बाहेर पडली!

"नाही हो-तसं नाही." ती तरुणी अजीजीनं म्हणाली, अर्थात केवळ नाइलाजास्तव तिच्या स्वरात मऊपणा आला होता, "दोन-तीन तिकिटांनी मोठंसं काय होणार आहे?"

"मोठंसं काही होणार नाही; दोघातिघांचा चान्स जाईल, एवढंच काय ते!"

"पण बाकीच्या कुणाचा विरोध नसताना-"

"पण माझा आहे ना!" एकंदरीत तो तरुण चांगलाच हट्टाला पेटला होता. "बाकीचे लोक स्त्रीदाक्षिण्याच्या फालतू कल्पना डोक्यात घेऊन गप्प बसले असतील! शिवाय हा तत्त्वाचा प्रश्न आहे. एकदा क्यूचं तत्त्व मान्य केल्यावर असं पुढं घुसणं अगदी असभ्यपणाचं आहे."

"बाई बाई बाई-! जाऊ दे गं, एवढं पुराण कशाला? तू तुझ्या जागेवर जा पाहू परत. नाही तर तीही जागा जायची आणि दुसरा कोणी तरी तुला समान हक्क, तत्त्वच्युती यावर व्याख्यान झोडायचा!" ती जयश्री नामक तरुणी म्हणाली. त्यावर रांगेतले इतर लोक हसू लागले. ती तरुणीही मुकाट्यानं आपल्या जागी उभी राहिली. जयश्रीच्या त्या शेवटच्या फटक्यानं तिच्या शरमेची धार थोडीशी बोथट झाली असावी! तो तत्त्वनिष्ठ तरुण मात्र आपला नैतिक विजय झाल्याच्या समाधानात शीळ घालीत उभा राहिला.

गंमत अशी की, त्या जयश्रीला तिकिटे मिळाली आणि लगेच तिकीट मास्तरनं ओरडून सांगितलं, "गोव्याची स्लिपर तिकिटे खलास!" म्हणजे पुढच्या दिवसाच्या तिकिटाच्या रिझर्व्हेशनसाठी पुन्हा दुसऱ्या दिवशी यावं लागणार होतं. मी चरफडत रांगेतून बाहेर पडलो आणि ऑफिसचा मार्ग सुधारला.

दुसऱ्या दिवशी मी सातलाच घरातून बाहेर पडलो. लवकर गेलो तर क्यूमध्ये फारसं उभं राहावं लागणार नाही आणि तिकिटंही निश्चित मिळतील, असा हिशेब मी मनाशी केला. रिझर्व्हेशनची खिडकी नऊला उघडणार होती. दहाच्या आधी तिकिटं मिळून जातील, अशी मला खात्री होती. सव्वासातला खिडकीपाशी पोहोचलो, पण तिथं क्यू होताच आणि तोही

चांगला लांबलचक. खिडकीपुढं फ्रॉक घातलेल्या ख्रिश्चन मुली व घट्ट विजारी घातलेले ख्रिश्चन तरुण पाहून समस्त मंडळी 'गोंयकार' असल्याचं मी ओळखलं. त्यांच्या मागे बरेच लोक सवलतीचे पिवळे फॉर्म्स घेऊन उभे होते. तेही संमेलनाला चालले आहेत, हे मी ओळखलं. चेहऱ्यावरून हळदीच्या अगर शेंगदाण्याच्या व्यापाऱ्यांसारख्या दिसणाऱ्या मंडळींचं साहित्यप्रेम असं एकाएकी का उफाळून आलं, हे मीही 'त्यातलाच' असल्यामुळे तत्काळ माझ्या लक्षात आलं.

पण आशा चिवट असते. त्यात पुन्हा आशेपेक्षा कारकुनाची जात अधिक चिवट असते. त्यामुळं मी रांगेत जाऊन उभा राहिलो. मनात म्हटलं, 'आमचा पदस्पर्श लाभण्याचं गोव्याच्या भूमीचं भाग्य आहे का पाहू. जमदग्नी दांपत्याला भोजन घालण्याचं पुण्य संमेलन कार्यकर्त्यांच्या नशिबी आहे का पाहू.'

सव्वासात ते साडेसात ही वेळ चट्दिशी गेली, पण अजून बराच वेळ जायचा होता. घड्याळाचा काटा सावकाश पुढं सरकत होता. मी इकडेतिकडे पाहू लागलो आणि काय आश्चर्य! कालचा तो तत्त्वनिष्ठ तरुण आमच्या रांगेत माझ्यापुढं उभा होता आणि त्याच्या थोडंसं पुढं कालची ती 'सुकांत चंद्रानना' उभी होती. तिच्या हातात एक पुस्तक होतं व ती ते वाचण्यात अगदी गढून गेली होती.

बराच वेळ गेला. जांभया देऊन माझा जबडा फाटायची वेळ आली. तो तत्त्वनिष्ठ तरुण माझ्याप्रमाणंच इकडंतिकडं पाहत भिंतीवरच्या सिनेमाच्या जाहिराती न्याहाळत उभा होता. मध्येच माझ्याकडं पाहून त्यानं विचारलं,

''तुम्ही कुठं, गोव्याला का?''

''हो.''

''संमेलनालाच ना?''

''हो.''

''तुम्ही नाही का आणलं एखादं पुस्तक इथं वाचायला?''

''मला विशेष आवड नाही साहित्याची; मी चाललोय गोवा पाहायला! संमेलन हे नुसतं निमित्त.'' मी स्पष्टपणे सांगून टाकलं. उगाच भांडं लपविण्यात

काय अर्थ आहे?

"पण आवड नसली तरी शो म्हणून इथं वाचण्याचं सोंग करायला हरकत नव्हती! असं हातात पुस्तक असलं ना आणि ते क्यूमध्ये वाचत उभं राहिलं ना, म्हणजे संमेलनाला जायचा नैतिक अधिकार प्राप्त होतो माणसाला!"

त्याच्या बोलण्याचा रोख माझ्या ध्यानी आला व त्याच्या फटकळपणाचं थोडंसं कौतुकही वाटलं. मी काही बोलणार तेवढ्यात 'सुकांत चंद्रानना' मागं वळून माझ्याकडं पाहत फणकाऱ्यानं म्हणाली, "टिवल्याबावल्या करण्यापेक्षा वाचन करणं बरं; नाही का हो? तुमचं काय मत आहे?"

मी गडबडलो. हा हल्ला अनपेक्षित होता. तीच पुढं म्हणाली, "शिवाय असं रिकामं उभं राहिलं ना, की सभ्य स्त्रीची कुचेष्टा करायची इच्छा होते माणसाला."

एकंदरीत दोघांचं एकमेकांकडं लक्ष होतं तर! कालच्या त्या प्रकारानंतर एकमेकांची कुरापत काढायला दोघंही टपून बसले असावेत! पण काही असो; त्या तत्त्वनिष्ठ तरुणाचा आजचा पवित्रा अगदी वेगळा होता. मीही मनात म्हटलं, बरी करमणूक होते आहे. वेळ तरी चांगला जाईल! मग त्या तरुणाला उद्देशून मी म्हणालो, "माझं एक सोडा हो, माझं आणि पुस्तकाचं पहिल्यापासून वाकडं आहे; पण ज्याला पुस्तकं वाचायची आवड आहे, त्यानं अशा वेळी एखादं पुस्तक अवश्य आणावं वेळ जाण्यासाठी तरी!"

माझ्याकडं मोहरा वळवून ती पुन्हा म्हणाली, "स्वत:ला साहित्याची आवड नसली म्हणून दुसऱ्यालाही नसावी, असा का आग्रह?"

"कुणाला साहित्याची आवड नाही?" तो तरुण उसळून म्हणाला, "मराठीत पीएच्. डी. करणाऱ्याला साहित्याची आवड नाही, असं म्हणणं म्हणजे अंमळ धाडसाचंच. नाही का हो?"

मी होकारार्थी मान हलविली. आणखी काय करणार? दोघांच्यामध्ये 'सँडविच्ड' झालो होतो—कारण नसताना.

"आणि मराठी घेऊन एम. ए. करणाऱ्या मुलीनं वेळ घालविण्यासाठी पुस्तक वाचलं तर निदान मराठीत पीएच. डी. करणाऱ्याला तरी त्यात काही विचित्र वाटू नये." ती ते भलंमोठं साहित्यिक वाक्य एका दमात कशी

बोलली, कोण जाणे!

"पण मला कुठं माहीत होतं, तुम्ही एम. ए. करताय म्हणून?"

"मग इथे तरी कुठं जाहिराती लागल्या होत्या, तुम्ही पीएच्. डी. चा अभ्यास करताय म्हणून?"

मी मध्येच तोंड घातलं. "एनी वे, आता कळलं ना तुम्हा दोघांना? मग झालं तर! आता तुमच्या बॅगेत आणखी एखादं पुस्तक असलं, तर यांना द्या म्हणजे प्रश्न मिटला."

"माझ्याकडे एकच पुस्तक आहे." ती गुरगुरत म्हणाली.

तिनं असं म्हटल्यावर बोलणंच खुंटलं. समोरच्या भिंतीवर सिनेमाच्या जाहिराती लावलेल्या होत्या. त्यावरल्या नायिकेला मिठ्या मारणारा नट कोण असावा याचा मी विचार करू लागलो. उगाच चाळा म्हणून तो तत्त्वनिष्ठ तरुण चुळबुळ करीत होता. मग त्यानं हळूच विचारलं. "अहो एम. ए., कुठलं पुस्तक आहे ते?"

पुस्तकातून तोंड वर न काढता ती उत्तरली, "आहे एक नवी कादंबरी."

"बरी आहे का?"

"आता तर कुठं नायक-नायिकेची भेट झाली आहे; पुढं काय होतं बघू—"

यावर तो तरुण काहीतरी विनोद करणार होता. पण तिच्या चेहऱ्याकडे पाहून तो गप्प बसला. पुन्हा संभाषणाला खीळ बसली. पण मीच तिला विचारलं, "कुठल्या कॉलेजला जाता? एस. पी. की फर्ग्युसन?"

"एम. ए. चे पिरीयड्स कॉलेजवर होत नाहीत. आम्हाला विद्यापीठाकडं जावं लागतं." ती मंद हास्य करीत म्हणाली.

"असं होय!" आता मला हे कुठून माहीत असणार? आमची गाडी तर इंटरलाच अडली होती.

"ज्युनिअर की सिनिअर?" त्या तरुणानं तोंड उघडलं.

"ज्युनिअरचं वर्ष संपलं; आता सिनिअर!" तिच्या आवाजात हळूहळू मोकळेपणा येऊ लागला होता. त्याचा फायदा घेऊन तो तत्त्वनिष्ठ तरुण

म्हणाला, ''सॉरी हं. म्हणजे काय झालंय, संमेलनासाठी साहित्यभक्तांपेक्षा बाजारबुणग्यांचीच गर्दी झाली आहे (या वेळी त्यानं माझ्याकडं पाहिल्याची दुष्ट शंका मला आली.), त्यामुळे आमच्यासारख्या लोकांची पंचाईत होते. इथं तासतासभर ताटकळत उभं राहावं लागतं. आमचे गाईड जाणार आहेत संमेलनाला आणि त्यांनी मलाही यायला सांगितलंय, पण या क्यूमुळं...''

''अय्या, असं होय? कुठल्या विषयावर थिसिस लिहिताय...?''

आणि एकदम 'ट्रान्फर सीन' झाला. त्यांच्या साहित्यिक गप्पा जोरात सुरू झाल्या. मी मख्खपणे त्या ऐकत उभा राहिलो. उभ्या-उभ्याच दोघांनी ज्ञानेश्वरीतील सौंदर्यस्थळं एकमेकांना उकलून दाखविली. हरिभाऊंनंतर मराठीत कुणी कादंबरीकार झालाच नाही, यावर दोघांचं एकमत झालं. साहित्य संमेलन म्हणजे शुद्ध जत्रा असते, रेल्वेच्या सवलतीमुळं खरे साहित्यभक्त मागं राहतात, वरकड लोकांची गर्दी होते आणि परिणामी संमेलनाचा मंडप रिकामा पडतो, हे दोघांनी माझ्याकडे अधूनमधून छद्मी दृष्टिक्षेप टाकीत एकमेकांना पुन: पुन्हा सांगितलं. गोष्ट खरी होती. मलाही पटली होती, पण त्याबद्दल येरवडा मेंटल हॉस्पिटलमध्ये रोग्यांची खानेसुमारी ठेवणारा एक कारकून काय करू शकला असता?

तिकिटमास्तर ओरडला, ''गोव्याची स्लिपरची फक्त चार तिकिटं शिल्लक आहेत, बाकीच्यांनी उगाच थांबू नये.''

''आता मात्र कमाल झाली बरं का-'' तो पीएच. डी. वाला किंचाळला. ''आज सातपासून उभा आहे मी इथं, तरी तिकिटं नाहीत-''

विषय असाहित्यिक असल्यानं मी तोंड उघडलं, ''कुठलं हो? रात्री झोपायलाच इथं येत असतील. आपल्याला रिझर्व्हेशन मिळवायचं असेल ना, तर एकच उपाय आहे-''

''कोणता?'' दोघांनी एकदम विचारलं.

''रात्री कॅम्पमधला एखादा इंग्रजी सिनेमा पाहायचा आणि तिथून सरळ इथंच यायचं, बसल्या-बसल्या डुलक्या तरी घ्यायच्या किंवा दोन-तीन पुस्तकांचा फडशा पाडायचा-''

''इश्श! ते आमच्यासारख्या मुलींना कसं काय जमणार?''

"अहो, पण आमच्यासारख्यांना जमलं तरी तेवढी कटकट करणार कोण? साहित्य संमेलनाला दुरूनच रामराम करावा आणि मोकळं व्हावं; झालं." पीएच. डी. वाला उद्गारला.

"नाहीतरी वर्तमानपत्रात सारं छापून येतंच. शिवाय शिमगा सरल्यावर जसं कवित्व उरतं; तसं संमेलनानंतर कितीतरी दिवस त्यावरचे लेख, टीका, चर्चा मासिकांतून छापून येतातच." ती म्हणाली.

"आणि रेडिओवर भाषणं ध्वनिक्षेपित करतातच." तो म्हणाला.

"ते झालं; पण आमच्यासारख्यांचं काय? ज्यांचा गोवा पाहणं हाच एकमेव उद्देश आहे, त्यांनी करायचं काय?" मी विचारलं.

तो पीएच. डी. वाला हसत म्हणाला, "तुम्ही आता असं करा— जवळच कुठं तरी ट्रिप काढा. महाबळेश्वरला अगर माथेरानला."

आता त्या क्यूत उभं राहण्यात काही अर्थ नव्हता. आम्ही तिघंही बाहेर पडलो आणि आपापल्या घरी जाण्यासाठी वेगवेगळ्या बसस्टँडवर उभे राहिलो.

गोव्याचा कार्यक्रम रद्द झाला म्हणून कलत्र बरंच कुरकुरलं. "मेलं सगळं काही जमलं होतं. स्वारीनं कधी नाही ते मनावर घेतलं होतं, पण मेलं ते संमेलन की काय; आडवं आलं!" बिचारं साहित्य संमेलन. दोन्ही बाजूनं मार खाणाऱ्या मृदंगासारखी स्थिती झाली होती साहित्य संमेलनाची.

पण मी रजा वाया न घालविण्याचा आणि पैसे खिशात शिल्लक न ठेवण्याचा दृढनिश्चय केला होता. आता गोव्याला जायचं म्हणजे पुढल्या संमेलनापर्यंत थांबावं लागणार होतं. म्हणजे निदान पंचवीस वर्षे तरी. तोपर्यंत आमचे चिरंजीव पिलोबा स्वतःची मोटारसुद्धा घेतील आणि मग रिझर्व्हेशनची कटकट राहणार नाही, अशी स्वप्नं रचून मी स्वतःची आणि अर्धांगीची समजूत घातली. तूर्त तरी गोव्यानं हुलकावणी दिली होती खरी. आम्ही दोघांनी कुठं तरी दुसरीकडं जायचं ठरविलं. माझ्या राशीच्या मे महिन्याच्या भविष्यात प्रवासाचा योग आहे, असं ठासून सांगण्यात आलं होतं. निदान ते खरं करण्यासाठी तरी मी सकलत्र व विनापिलोबा बाहेरगावी जायचा बेत केला.

पुढच्या आठवड्यात महाबळेश्वरला जाण्याचा कार्यक्रम आम्ही ठरविला. एस. टी. ची तिकिटं रिझर्व्ह करण्यासाठी मी स्टेशनवर गेलो. तिकिटं काढून झाल्यावर सहज फिरत-फिरत सदर्न रेल्वे तिकिटाच्या खिडकीपाशी आलो आणि काय आश्चर्य! तो पीएच. डी. वाला व ती एम. ए. वाली क्यूमध्ये उभी आणि मारे एकमेकांशी गप्पा मारीत!

मी कुतूहलानं पुढं गेलो आणि विचारलं, ''काय मंडळी, ओळख आहे ना?''

''तर! लागोपाठ दोन दिवस एका रांगेत काढलेले आहेत आपण.'' तो तरुण हसत म्हणाला.

''बरं—आता चाललात कुठं तुम्ही दोघं?''

''कुठं म्हणजे काय? गोव्याला!''

''पण संमेलन तर कालच सुरू झालं.''

''होऊ द्या — हो! आम्ही संमेलनाला थोडंच जातोय? आम्ही इथून निघणार आहोत अजून दहा दिवसांनी. म्हणजे संमेलनाचा कुंभमेळा संपवून गोव्यात आनंदी आनंद आणि आबादीआबाद झाल्यावर.''

''अस्सं! म्हणजे गोमंतकाचं निसर्गसौंदर्य वगैरे पाहायला.''

''अं—म्हणजे तसंच थोडंसं''-आणि मग त्या 'सुकांत चंद्रानने'कडे त्यानं मिस्किलपणे पाहिलं. ती लाजून चूर झाली होती. पुन्हा माझ्याकडं वळून डोळे मिचकावीत तो म्हणाला, ''आम्ही दोघं जाणार आहोत गोव्याला हनिमूनला. लग्न आठ दिवसांनी आहे, पण रिझर्व्हेशन दहा दिवस आधी करायचं असतं ना, म्हणून.''

ते ऐकून मी त्या दोघांकडं आळीपाळीनं पाहिलं. क्यूवरून एकदा नजर फिरविली आणि 'आता तरी तुम्हाला रिझर्व्हेशन मिळो' असा तोंडभरून आशीर्वाद दिला. नाहीतरी येरवडा मेंटल हॉस्पिटलमध्ये रोग्यांची शिरगणती करणारा माझ्यासारखा कारकून दुसरे काय करू शकणार?

□□□

१२. पहिला पगार

पहिलं प्रेम, पहिलं चुंबन या पहिल्यावहिल्या गोष्टीत जेवढी गंमत आहे, तेवढीच गंमत व तेवढाच रोमान्स पहिल्या पगारात आहे यात शंका नाही. नोकरी लागल्यावर पहिल्या वेळी अकाउंटंटनं दिलेल्या नोटांची चळत न मोजता बेफिकीरपणे खिशात घालण्यात जो आनंद आहे, तो काय वर्णावा? जगज्जेत्या सिकंदराचा उन्मत्तपणा त्या वेळी अंगात संचार करीत असतो. त्या वेळी सारं जग तुच्छ भासू लागतं. दुकानातील शो केसमध्ये ठेवलेल्या चीजांबद्दल कधी नव्हे ती आपुलकी वाटू लागते. वेळ पडल्यास सारं जग विकत घेण्याची जिद्द मनात आकार घेऊ लागते. पहिल्या प्रेमाच्या गुलाबी अनुभवामुळं सारं जग विसरणारा माणूस आणि पहिल्या पगाराच्या गोड ओझ्यामुळं सारं जग जिंकू पाहणारा माणूस — याच्यात फारसा फरक आहे, असं मला नाही वाटत! प्रणयोत्सुक कामिनीच्या थरथरत्या अधरांचं पहिलं चुंबन घेण्यात जेवढी गोडी असते, तेवढीच गोडी स्वत:च्या पहिल्या मिळकतीचा कलदार रुपया हॉटेलच्या काऊंटरवर उर्मटपणानं फेकण्यात आहे! कवींनी पहिल्या प्रेमाचं आणि पहिल्या चुंबनाचं स्तोम माजवावं व पहिल्या पगाराचं हे माहात्म्य विसरावं, यावरून पहिल्या पगाराचा अनुभव त्यांनी

घेतला नसावा, हेच खरं. नाहीतरी कवी लोक दरिद्री असतात, ही गोष्ट जगजाहीर आहेच म्हणा!

खरोखरी पहिल्या पगारामुळं मनुष्याच्या व्यक्तिमत्त्वात केवढे महत्त्वाचे फेरबदल घडून येतात! तोपर्यंत माणूस परकीय मदतीवर विसंबून असणाऱ्या एखाद्या मागासलेल्या देशाप्रमाणं आपल्या तीर्थरूपांवर अवलंबून असतो. (आणि ही मदत अवलंबून असते तीर्थरूपांच्या मूडवर!) मेरिलिन मन्रोची बेफाम भूमिका असलेला मॅटिनी पाहण्यापूर्वी तीर्थरूपांच्या मूडचा शोध घ्यावा लागावा; यासारखं दुर्दैव ते कोणतं? प्रथमच दाखवायला नेलेल्या मुलीची 'पोझ' घेऊन तीर्थरूपांपुढं उभं राहायचं आणि 'म-म-मला थोडे पैसे हवे होते' असं मृदू आवाजात नम्रपणे सांगायचं. तीर्थरूपांनी मग गुरगुरत रुपया-दोन रुपये अंगावर फेकायचे आणि दोन रुपयांबरोबर उपकाराचं डोंगराएवढं ओझं घेऊन सिनेमाला जायचं—हे दिव्य मिळवत्या न झालेल्या मुलाला करावंच लागतं. त्यातून त्याची सुटका नसते. पैसे न मागण्याचा नसता बाणेदारपणा दाखवला, तर 'नायगारा' किंवा 'सम लाईक इट् हॉट' हुलकावणी द्यायचा!

मात्र, पहिला पगार हाती आला की, एकदम 'ट्रान्सफर सीन' होतो. माणसाच्या व्यक्तिमत्त्वावर रुपेरी झालर चिकटते. तीर्थरूप प्रेमळपणानं विचारू लागतात, ''काय रे, बॉस चांगलं वागवतात ना तुला?'' एरवी 'दादिटल्या-खापिटल्या'शिवाय तोंड न उघडणारी भावंडं 'दादा, ऑफिसातून केव्हा आलास?' अशी चौकशी करू लागतात. एवढंच नव्हे तर, पूर्वी थंड चहा पुढं आदळणारी स्वयंपाकीणकाकू 'धाकट्या साहेबा'साठी तुपाचा शिरा करायला किचनकडे धावते. नळावर पाणी भरता-भरता आईच्या शेजारच्या ठमाकाकूंशी गप्पा सुरू होतात— ''आमचा बाळू लागला ना आता नोकरीला. हापिसर आहे. चांगला पाचशे रुपये पगार मिळतो. पुढल्या वर्षी विलायतेला पाठविणार आहेत म्हणे!'' वगैरे वगैरे. (इकडे बिचाऱ्या बाळ्याच्या पदरात दोनशे टिकल्याही पडत नाहीत, ही गोष्ट निराळी!) एरवी अनुल्लेखानं मारणारे मित्र 'काय बाळासाहेब—आमच्याकडे पाहतदेखील नाही?-आता काय बुवा, तुम्ही मोठी माणसं झालात!' असं मानभावीपणानं म्हणून

बाळासाहेबांच्या खर्चानं स्पेशल चहा मागवतात.

चोहोबाजूंचं जग एकदम बदलतं. ते मिळवत्या माणसाला एकदम महत्त्वाचा माणूस समजू लागतं. समाजातील त्याची 'पोझिशन' दृढ होते. 'वाह्यात पोरगा शेवटी मार्गाला लागला', असे कौतुकास्पद उद्‌गार आजूबाजूचे लोक काढतात. 'गोपाळरावांचा मुलगा वाया गेला नाही बरं का', असं म्हणून नातेवाईकमंडळी समाधानाचा सुस्कारा सोडतात.

हे सर्व ऐकून त्या मिळवत्या मुलाची स्थिती एकदम पालटते. वारा प्यायलेल्या वासराप्रमाणे तो उधळतो. दुसऱ्याच्या पैशानं चारमिनार ओढणारा गृहस्थ पहिल्या पगारानंतर खाड्‌दिशी कॅप्स्टनवर येतो! सिनेमा थिएटरात सेकंड क्लासमध्ये बसणारा माणूस एकदम बाल्कनीचं तिकीट काढतो आणि हॉटेलमध्ये गेल्यावर सरळ स्पेशल रूममध्ये घुसतो. बसच्या क्यूमध्ये पाच-दहा मिनिटांपेक्षा अधिक वेळ उभे राहायला त्याला कंटाळा येतो अन् रिक्षा अगर टॅक्सीतून तो बेदिक्कतपणे घरी येतो. ओळखीच्या मुलीला चहा पाजताना खिशातील पैशाचा व बिलाचा मेळ जमेल की नाही याचा विचार करणारा, पहिला पगार खिशात पडल्यावर बिलाकडे नजरही टाकत नाही. दहा रुपयांची नोट वेटरच्या अंगावर फेकून 'कीप द चेंज' असे लक्षाधीशास शोभणारे उद्‌गार काढून तो बरोबरीच्या मुलीवर भाव मारण्यात यशस्वी होतो.

पहिला पगार खिशात टाकणाऱ्या माणसाच्या स्वत:विषयीच्या कल्पना साफ बदलून जातात. न्यूनगंडाचं एका क्षणात अहंगंडात रूपांतर होतं. संताजी घोरपडेने औरंगजेबाच्या तंबूचे सोनेरी कळस कापून नेले, तेव्हा त्याचा पहिला पगार नुकताच झाला असावा. तसा उल्लेख पुढेमागे बखरीत आढळला, तर मला मुळीच आश्चर्य वाटणार नाही. पहिल्या पगारामुळं फुगलेल्या खिशावर उजवा हात दाबून धरीत एवढे प्रचंड बेत केले जातात की, शेख महंमदानं लाजेनं खाली मान घालून बसऱ्याची वाट धरावी! करकरीत नोटांच्या वासानं हृदयाच्या कोपऱ्यात बरेच दिवस दडून बसलेल्या अतृप्त इच्छेचा जिप्सी एकाएकी पिसाळतो आणि त्या भरात माणूस काहीही करून बसतो. माझा एक मित्र पहिला पगार हातात पडल्यावर थेट ताजमहाल हॉटेलात घुसला आणि बससाठी म्हणून अवघे चार आणे खिशात ठेवून

हॉटेलमधून बाहेर पडला! (त्यानंतर अद्यापि तो 'गेट वे ऑफ इंडिया'कडे फिरकला नाही, ही गोष्ट वेगळी!)

आमच्या केयूर साठेची तर गंमतच झाली. पहिल्या पगाराच्या तारखेकडे मोठ्या आशेनं तो डोळे लावून बसला होता. पहिला पगार खिशात टाकून तो ऑफिसच्या पायऱ्या उतरला तेव्हा त्याच्या डोळ्यांपुढे टेरिलिनचा शर्ट, डेक्रॉनची पँट, किमती रिस्टवॉच, फॉरिन ट्रॅन्झिस्टर इत्यादी अनेक वस्तू नाचू लागल्या. इसापच्या गोष्टीतल्या गाढवासारखी त्याची अवस्था झाली. कोणी तरी या गाढवाच्या एका बाजूला कोवळं गवत व दुसऱ्या बाजूला पाण्याचं घमेलं ठेवलं. तहानभुकेनं पिडलेल्या त्या गाढवाला आधी गवत खावं की आधी पाणी प्यावं, हे समजेना आणि अखेरीस दोन्हीलाही स्पर्श न करता ते तडफडून मरून गेलं! केयूर साठेची त्या गाढवाप्रमाणे स्थिती झाली. त्यालाही निश्चित निर्णय घेता येईना. तसाच तो भरल्या खिशानिशी घरी गेला. त्याचे वडील त्याची वाटच पाहत होते. त्यांनी चिरंजीव घरी येताच त्याची मिळकत आपल्या ताब्यात घेतली आणि 'पॉकेटमनी' म्हणून दहा रुपये त्याच्या हातावर ठेवले. केवळ तासाभरात त्याचा दोनशे रुपयांचा पहिला पगार दहा रुपयांवर आला. इसापचं ते गाढव मेलं तरी केयूर साठेला ते दहा रुपये घेताना मेल्याहून मेल्यासारखं झालं! नाइलाजाला काय इलाज आहे?

या सुप्रसिद्ध पगाराबद्दल अनेक किस्से ऐकविले जातात. एकानं म्हणे, आपल्या मित्राशी पैज मारली— वेस्ट इंडीजविरुद्धची टेस्ट मॅच भारत जिंकणार—पहिल्या पगाराची पैज! अर्थात पहिला पगार 'डायरेक्टली' त्या मित्राच्या पत्त्यावर रवाना झाला, हे सांगायला नकोच. पहिल्या पगाराच्या जोरावर भुरट्या उसनवाऱ्या करणाऱ्या एका महाभागाचा पहिला पगार देणेकऱ्यांना वाटण्यातच खर्ची पडला म्हणे! माझा एक बावळट मित्र पहिला पगार खिशात घालून नेहमीप्रमाणं लोकलमध्ये चढला आणि तो जेव्हा दादरला उतरला, तेव्हा त्याच्या खिशाला आरपार भोक पडलं होतं. पहिला पगार मिळाल्यावर कधी नव्हे ती टॅक्सी न उडवता लोकलनं जाणाऱ्या त्या प्राण्याची कीव करावी तेवढी थोडीच! परंतु खरी गंमत पुढेच आहे. जिवापलीकडे

जतन करण्याच्या लायकीचा पहिला पगार ज्याला नीट सांभाळता येत नाही, त्याला लग्न आणि संसार काय जमणार, या विचारानं त्याच्यावर प्रेम करणारी मुलगी त्याच्या आयुष्यातून निघून गेली! नंतर त्याला आतापर्यंत शेकडो पगार मिळाले, पण ती पुन्हा कधी त्याच्या आयुष्यात आली नाही. बिचाऱ्यानं पहिल्या पगाराबरोबर पहिली प्रेयसीही गमावली!

सांगण्यास अत्यंत खेद होतो की, माझा पहिला पगार मला धार्जिणा झाला नाही. कसं ते सांगतो.

शिक्षण संपल्यावर अनेक खटपटी-लटपटी करून मी एकदाची नोकरी मिळविल्याचं कळताच अनेक अडलेल्या मुलींचे बाप आमच्या घराचे उंबरठे झिजवू लागले. त्या काळात आमचा पत्रव्यवहार अतोनात वाढला. महिन्यात तीन-चारदा घराकडे फिरकणारा पोस्टमन पत्राचे गठ्ठे घरात रोज फेकू लागला. माझा भाव एकाएकी वधारला. 'यंदा कर्तव्य नाही', 'मी उभा नाही' अशा अनेक आरोळ्या मी ठोकल्या— 'पण लोण्याहून मऊ, वज्राहूनही कठोर' अशी वधुपित्यांची जात त्या आरोळ्यांना बधली नाही! पूर्वी माझ्याशी फटकून वागणारे लोक आपल्या कार्टीसाठी, भाचीसाठी अगर मेव्हणीसाठी आमच्या घराकडे खेपा घालू लागले. मी एकाएकी 'सुशिक्षित, सुस्वभावी, सुशील, सुकर्तबगार' बनलो. एखाद्याला खोटं वाटेल, पण मी महिन्याभरात मोजून तीस मुली पाहिल्या—वेगवेगळी कारणं सांगून साऱ्या नापसंत केल्या.

पुढल्या एक तारखेला पहिला पगार माझ्या हाती पडला आणि त्या धुंदीत मी एकतिसाव्या वधुपित्याला नकळत होकार देऊन टाकला.

आणि हाय--! लवकरच मी चतुर्भुज झालो. माझा तो पहिला पगार साखरपुड्यासाठी खर्ची पडला. आज जेव्हा माझी धर्मपत्नी रागारागानं माझ्यापुढं हात नाचवते, तेव्हा पहिल्या पगारातून आणलेली व तिच्या बोटात विराजमान झालेली सोन्याची अंगठी मला वाकुल्या दाखवू लागते! खऱ्या अर्थानं अजून माझा पगार स्वतःच्या इच्छेप्रमाणं खर्च केल्याचं मला स्मरत नाही! किंबहुना, सध्या माझा पगार हा माझा राहिलेलाच नाही. त्यावरचे सर्व हक्क आमच्या गृहमंत्र्यांनी ठेवले आहेत. पहिला पगार मिळाल्याच्या धुंदीत मी नको ते करून बसलो. ब्रह्मचर्याबरोबर माझे स्वातंत्र्य हरवून बसलो. त्या दिवशी मी

होकार दिला नसता तर, हळूहळू वधुपित्यांनी माझा नाद सोडला असता. 'लग्न' या संस्थेशी माझी फारकत झाली असती आणि आजपर्यंत मी सुखानं कालक्रमणा केली असती.

अशा रीतीने पहिला पगार परिणामत: माझा वैरी ठरला. त्यानं दिलेली शिक्षा मी अजून भोगतो आहे. हे सर्व घडलं तरी ज्या धुंदीत मी होकार दिला असं म्हटलं, त्या धुंदीची आठवण अजून मनात ताजी आहे. पहिल्या पगाराच्या वेळी कॅशियरनं हातात कोंबलेल्या नोटांचा वास अद्यापि माझ्या नाकात घोटाळतो आहे.

त्या वेळी ज्या तुच्छतेनं मी या क्षुद्र जगाकडे पाहिलं, त्याच्या केवळ स्मृतीनं आजही अंगावर रोमांच उभे राहतात! त्या नशेचा अनुभव पुन्हा कधी आला नाही; पुन्हा कधी येईलसं वाटत नाही.

या नशेचा अनुभव ज्याला आला नसेल, त्या पामराला मी एवढंच म्हणेन— 'हाय कम्बख्त तूने पहेला पगार लियाहि नहीं!'

❏❏❏

१३. मी आणि माझा सासरा

वासू खरंगट्यानं मला परोपरीनं सांगितलं होतं—
"बेटा दामोदर, लग्न करू नकोस; सुखाचा जीव दु:खात घालशील. लग्नातला घी दिसतोय तुला, पण बडगा दिसत नाही. लग्न करताना बरं वाटेल, मग पस्तावशील." त्या वेळी मी त्याच्या बोलण्याकडे दुर्लक्ष केलं होतं. वासूचं चकचकीत टक्कल, सुटलेलं दोंद, त्याच्या फुगीर हनुवटीवरून खाली ओघळणारी तृप्तीची धार, त्याच्या हातातली तुपाळ शिऱ्याची बशी व किटलीतला कढत चहा— या साऱ्या गोष्टींकडे मी आळीपाळीने पाहिलं आणि वासूचं बोलणं धुडकावून लावलं. मी त्याला स्पष्ट म्हटलं, "वाशा, पक्वान्नावर ताव मारून ढेकर देताना एखाद्या भुकेल्या माणसाला 'छे बुवा, जिलबीचा बेत फारसा जमला नाही बुवा!' असं सांगण्यासारखं आहे हे."

माझं बोलणं ऐकून वाशा नुसता हसला होता. 'हा माणूस आता साफ कामातून गेला— याच्या नादी लागण्यात आता अर्थ नाही-' अशा आशयाची नजर त्यानं माझ्याकडे टाकली होती!

—आणि आज मला त्याचं बोलणं पटलं आहे. लग्नानंतर वर्षाच्या आत आर्थिकदृष्ट्या मी अगदी टेकीस

आलो आहे. महिन्याच्या दुसऱ्या तारखेपासून माझा 'मंथ-एण्ड' सुरू होतो. एकतीस तारखेच्या महिन्याला मी शिव्या मोजतो आणि फेब्रुवारी महिन्याचं मोठ्या आनंदानं स्वागत करतो. माझं बँक बुक क्षयी माणसासारखं रोडावलं आहे. अगदी मृत्युपंथाला लागलंय. भरल्या घरात मी बेचैन आहे. रात्री मला झोप लागत नाही. कामात लक्ष लागत नाही. हे सर्व घडतंय त्याला कारण—

तेच सविस्तर सांगतो आता. त्यासाठीच तर हातात लेखणी घेण्याचा हा प्रपंच!

रखडत-रखडत का होईना, माझं कॉलेज शिक्षण एकदाचं संपलं. महत्प्रयासानं बी. कॉम. ची पदवी खिशात टाकली आणि एका बँकेत अकाउंटंटची नोकरी मिळाली. मी कृतकृत्य झालो. आता आयुष्यात करण्यासारखं काही राहिलं नाही. शिक्षण झालं; कॉलेजलाईफ एंजॉय केलं. तीन-चार मुलींवर प्रेम केलं... त्या बावळट मुलींसाठी उगाच झुरलो... त्यांच्यासाठी कारण नसताना पैसे उडवले आणि अखेरीस त्या नसत्या भानगडीतून जिवानीशी, हातपाय शाबूत ठेवून सुटलो. आता मी स्वत:च्या पायावर उभा राहिलो, ऊर्फ महिन्याला सव्वादोनशे रुपये मिळवू लागलो. हातात (दुसऱ्याच्या मालकीच्या) नोटा खेळू लागल्या. आता आयुष्यात पोकळी की काय म्हणतात, ती जाणवू लागली. लग्नासाठी मी आता तयार झालो आहे याची मला पुरती खात्री पटली. मी 'होतकरू, अव्यंग, पदवीधर, सुस्वभावी' वगैरे असल्याची माहिती हळूच आजूबाजूच्या मंडळींच्या कानावर घातली.

अर्थात, मला मुली सांगून येऊ लागल्या. दिसायला चांगल्या होत्या, त्या गरीब होत्या. नुसत्या गृहकृत्यदक्ष होत्या; त्या दिसायला सुमारच होत्या व फारच पैसेवाल्या होत्या; त्या माझ्यापासून अंतर राखून होत्या. शेवटी दिसायला बऱ्यापैकी, मॅट्रिक झालेली (पण हिंदी प्रवीण, टेलरिंग कोर्स इ. इ.), उच्च मध्यमवर्गीय बापाच्या तीन मुलींपैकी मधली अस्मादिकांच्या पसंतीत उतरली. ख्याल गाताना जशा व जेवढ्या हरकती घेतात, तेवढेच मुलायम व मृदू आढेवेढे घेऊन मी श्री. हरिपंत कानविंदे यांना माझा होकार कळवला. सर्व दृष्टींनी मला स्थळ पसंत होतं. चांगलं ओढून धरलं तर सासऱ्याकडून चांगला लग्गा साधण्याची संधी होती. संसार सुखी होण्यासाठी,

साधंसुधं घर— 'होम स्वीट होम' करण्यासाठी सुरुवातीला थोडाफार पैशाचा टेकू आवश्यक असतो. तेवढा हातभार लावण्याइतकी सासऱ्याची कुवत होती, हे मला समजलं होतं. मी होकार दिला त्याला हे कारण होतं, हे स्पष्ट सांगून टाकतो. मी व्यवहारी मनुष्य आहे. 'अरे, पैसे काय— आज आहेत, उद्या नाहीत' असला वेदान्त मला पटत नाही. पैसे आज असले तर उद्याही असतात व उद्या नसले तर आज असणं मुश्किलच— हा 'बे एके बे, बे दुणे चार' इतका साधा नि सरळ हिशोब आहे.

याद्या झाल्या. देण्याघेण्याच्या वाटाघाटी झाल्या. मी एकटाच राहणार आहे, म्हणजे आपल्या मुलीला चार लोकांचं करावं लागणार नाही, हे कळताच आमचे सासरेबुवा खूष झाले. विसाऐवजी पंचवीस तोळे (बावीस कॅरटी) सोनं मुलीच्या अंगावर घालण्याचं त्यांनी मान्य केलं. लग्नाचा खर्च आपल्या अंगावर घेतला. याद्या तयार होत असताना मला बाजूला घेऊन सांगितलं, ''लग्न झाल्यावर फर्निचर, रेडिओ वगैरे लागेल ते घ्या. मी त्याचे पैसे देतो-''

''पण म्हणजे-''

''असू द्या हो. तेवढीच तुमच्या नव्या संसाराला मदत आमची—''

हे सासरेबुवांनी सांगितलं, तेव्हा आमच्या तीर्थरूपांच्या मनात तोळ्याचा आकडा तिसापर्यंत नेण्याचा विचार घोळत होता. त्यापूर्वी 'पंचवीस की तीस' यावर आधी पाऊण तास विचारविनिमय झाला होता. त्या वेळी मी तटस्थाची भूमिका घेतली होती. सासऱ्यांनी ते आमिष पुढं केलं आणि खाड्दिशी मी वडिलांविरुद्ध व्हेटो नोंदविला. अण्णांना बाजूला घेऊन मी सांगितलं, ''आता तुम्ही कशाला ओढून धरताय? पंचवीस तर पंचवीस!''

''अरे दामोदर, पंचवीस तोळ्यांत जरूर तितके दागिने बसत नाहीत! तोडे गाळावे लागतील-''

''नाही तर नाही. त्यात काय झालं?''

''शहाणाच आहेस! आमच्यासाठी नाही, तुझ्या बायकोसाठीच तर...''

अण्णांना मध्येच थांबवून मी कानविंद्यांचा बेत त्यांच्या कानावर घातला. मग अण्णा फारसे बोलले नाहीत. गप्प राहिले आणि यादीखाली

सर्वांनी सह्या ठोकल्या.

लग्न ठरलं. लग्नात जेवायला उठण्यापूर्वी जावईबुवांनी रुसायचं असतं याची मित्रांनी आठवण करून दिली. तो कार्यक्रम जोरात सुरू असताना सासरेबुवांनी जवळ येऊन माझ्या कानात सांगितलं, ''आता रुसू-बिसू नका, तुमच्या फर्निचरचं माझ्या लक्षात आहे, ते मी देणारच आहे.''

अर्थात, ते आश्वासन पुन्हा एकदा कानी पडल्यावर मी सरळ पाटावर जाऊन बसलो.

नाही म्हणता तसा वरपक्षाला लग्नात कमी खर्च येत नाही. माझी बँकेतील शिल्लक खलास झाली. आहेरात आलेल्या रोख रकमांचा चुरा झाला. अण्णांनी आईच्या सल्ल्यानं दोन-तीनशे रुपयांची भांडी आमच्या नव्या बिऱ्हाडाला मदत म्हणून दिली आणि कर्तव्यपूर्तीच्या समाधानात ते आईसह गावी परत गेले. शेवटी राहिलो मी, सुलभा आणि रिकामं होत असलेलं पैशाचं पाकीट!

मोठ्या प्रयासानं मला दोन खोल्यांचा फ्लॅट मिळाला होता. मी विद्यार्थी असताना घेतलेली एक सिंगल ब्रह्मचारी कॉट, टेबल व दोन खुर्च्या— एवढंच मोजकं फर्निचर मी आपल्या 'ड्रॉइंगरूम कम बेडरूम'मध्ये ठेवलं. भरतकामात प्रवीण असलेल्या सुलभानं तयार केलेले टेबलक्लॉथ, जाळीदार पडदे, शिंपल्याचा कोंबडा आदी वस्तू खास डेकोरेशनसाठी वापरात आणल्या. एवढं सामान लावून झालं, तेव्हा खोली अगदीच ओकीबोकी दिसू लागली. लग्न होण्यापूर्वी मी अनेकदा मनात ठरवीत असे— एक सोफासेट, एक स्टीलचं कपाट, एक डायनिंग टेबल व एक रेडिओ या वस्तू संसारात अत्यावश्यक आहेत. त्याच्याशिवाय घराची व्याख्या पूर्णच होत नाही. पाहुणे आले की त्यांना घरात सुबत्ता दिसली पाहिजे! मित्रांनी 'वा:! सुखी आहेस बुवा!' असं तोंड भरून म्हणून अंतर्मनाला गुदगुल्या केल्या पाहिजेत! मध्यमवर्गीय माणूस या किमान सुखसोईंना पारखा का व्हावा? नोकरी लागल्यापासून घरी एक पै न पाठविता मी शिल्लक टाकीत होतो ती त्यासाठीच; पण कानविंद्यांच्या आश्वासनानंतर सुखावून जाऊन मी खर्चाच्या बाबतीत हात थोडा सैल सोडला. आता मी निश्चिंत झालो होतो.

सुलभा रसिक होती, सुंदर होती, अन्नपूर्णा होती. थोडीशी खर्चिक होती. म्हणजे पातळाच्या दुकानावरनं गेल्यास आत शिरलंच पाहिजे व आत शिरल्यानंतर एखादं पातळ घेतलंच पाहिजे, असा तिचा आग्रह असे. अर्थात, नव्या नवलाईचे दिवस असल्यानं तिचे हट्ट पुरविताना मला आनंदच होत असे, ही गोष्ट निराळी.

लग्न झाल्यामुळे मी माणसांत आलो आणि साहजिकच माझे गृहस्थाश्रमी मित्र आपल्या बायका-मुलांना घेऊन माझ्या घरी पायधूळ झाडू लागले.

घरात दोन चार मंडळी आली की, आमची तारांबळ उडू लागायची. दोन खुर्च्यांवर माणसं स्थानापन्न झाल्यावर उरलेल्यांना कॉटच्या आश्रयाला जाण्यावाचून गत्यंतर उरत नसे. कॉट बिचारी ऐसपैस तीन-चार लोकांना मुकाट्यानं आसरा देणारी; पण मित्रांना कॉटवर बसायला सांगणं मला अडचणीचं वाटे.

"म्हणजे काय, सोफासेटची ऑर्डर दिलीय, पण हल्ली त्यासाठीसुद्धा नंबर लावावा लागतो म्हणे!"—मी.

"हो ना! हल्ली स्कूटर, मोटार घ्यायची म्हणजे दोन वर्षं थांबावं लागतं-"

"तर काय! म्हणजे पैसे असून खोळंबा! मग असं नाइलाजानं मित्रांना कॉटवर बसायला सांगावं लागतं!"—मी.

"नेव्हर माइंड रे! आमच्याकडं कुठं सोफासेट आहे? कॉट अन् खाट हीच आमची बैठक-" मॅट्रिक होऊन कारकुनी करणारा मित्र म्हणाला आणि मला आपल्यात ओढण्याचं त्या मित्राचं ते धाडस पाहून तर सोफासेट लवकर घरी आणण्याचा माझा बेत पक्का झाला!

सुलभाला पहिल्यांदा माहेरी घेऊन जायला कानविंदे आले, तेव्हा मी सहज म्हटल्यासारखं केलं, "ही टेबलामागची जागा सोफासेटसाठी ठेवलीय, तसा फारसा मोठा नकोय म्हणा सोफासेट; जागा कुठंय एवढी? पण छोटासा आणि सुबक—"

"मग तुम्ही तो सोफा-कम-बेड का आणत नाही? मल्टीपर्पज आहे. माझ्यासारखा कुणी पाहुणा आला की बेडची सोय झाली." कानविंदे सुचवू

लागले.

“पाहू! अजून मी ठरवलं नाही म्हणा!” मग मी सूचकतेनं म्हटलं, “तुमच्या सल्ल्याप्रमाणं खरेदी करायचा आहे ना तो!”

“हो ना? मग माझं ऐका, तुम्ही सोफा कम बेडच घ्या आणि काटकसरच करायची असेल तर केनचा सोफा आणा.” केनच्या सोफ्याची सूचना मला विशेष आवडली नाही. म्हणून मी धोरणीपणानं उद्‌गारलो, “कोणताही चालेल म्हणा! पण पुनः पुन्हा घ्यायच्या या वस्तू नसतात; एकदाच घ्यावा तो चांगला घ्यावा!”

“हो, तेही खरं-” असं म्हणून कानविंदे स्नानासाठी उठले व सोफासेट तूर्त आपल्या जागी, दुकानातच राहिला.

सासरेबुवा नुकतेच मुलीच्या लग्नातून ‘उठले’ आहेत, हळूहळू पैसे देतील, असा मी पोक्त विचार केला. पुढं केव्हातरी घ्यायचाच आहे, तेव्हा आता पैशाची काहीतरी व्यवस्था करून घेऊन टाकावा व पुढं कानविंद्यांनी पैसे दिले की फेड करावी, असा विचार करून मी माझ्या ऑफिसमधल्या सोसायटीमधून लोन घेतलं. चांगलं दहा टक्के व्याज होतं. बायको माहेराहून येण्यापूर्वीच मी एक सोफासेट आणून टाकला.

सोफासेट पाहून सुलभा फारच खूष झाली; पण स्टीलच्या कपाटाशिवाय खोली ओकीबोकी दिसते, असं तिनं साफ सांगून टाकलं. लग्नानिमित्त घेतलेल्या साड्या, शालू, उशीचे अभ्रे तिच्या ट्रंकेत पडून होते. माझ्या पँट्स दोरीवर असहायपणे लोंबत. ऐनवेळी टाय सापडत नसे. लग्नातल्या सुटाचा चेहरामोहरा धुळीची पुटं चढून पार बदलून गेला होता. सुस्थळी न पडलेल्या एखाद्या सुंदर मुलीसारखी त्या साऱ्या कपड्यांची अवस्था झाली होती.

पण माझा आर्थिक मागासलेपणा दिवसेंदिवस उग्र स्वरूप धारण करीत होता. महिन्याच्या पगारातून सोसायटीच्या कर्जाचा मोठा हिस्सा कापला जात होता. ‘एम’ व्हिटॅमिनच्या अभावी माझं पैशाचं पाकीट दिवसेंदिवस रोडावत चाललं होतं. शेवटी कोंडमारा असह्य झाला व श्री. कानविंदे यांच्या मुलीच्या कानावर मी सर्व प्रकार घातला. सुलभा ते ऐकून हसली आणि

म्हणाली- ''अय्या! पण बाबांनी केव्हा नाही म्हटलं तुम्हाला? ते देणारच आहेत पैसे फर्निचरसाठी-''

''खरं! ते कसं आणि केव्हा?''

''मी मागच्या महिन्यात गेले होते ना माहेरी, तेव्हा आईच मला सांगत होती, दिवाळसणाच्या वेळी जावईबापूंना भक्कम काहीतरी द्यायचं म्हणत होते हे. 'हे' म्हणजे आईचे 'हे' म्हणजे बाबा!''

''ते आलं लक्षात. एनी वे, फारच छान आहे!'' मी आनंदानं किंचाळलो. त्या दिवशी मी माझ्या एका डॉक्टर मित्राकडून तीनशे रुपये घेतले, दिवाळीनंतर परत करण्याच्या बोलीवर. आमचा दिवाणखाना आता अगदी शोभिवंत दिसू लागला.

''लव्हली!'' माझा कारकून मित्र म्हणाला, ''तुम्ही लकी बुवा! मी चपला ठेवण्यासाठी छोटं शेल्फ घ्यावं म्हणतोय, तर अजून जमत नाही.'' ते ऐकून माझी छाती सव्वा इंच फुगली. त्या भरात त्याच दिवशी संध्याकाळी मी डायनिंग टेबल आणून टाकलं. मनात म्हटलं, एखाद्या महिन्याचं घरभाडं राहिलं, म्हणून काय होणार आहे? देऊ पुढं-मागं.

दरम्यान, दिवाळी जवळ येऊ लागली. एम. सी. सी. क्रिकेट टीम भारतात येण्याची वेळही जवळ येऊ लागली. स्वतःच्या रेडिओवर कॉमेंट्री ऐकणं, हे माझं फार पूर्वीपासूनचं स्वप्न होतं. हॉटेलबाहेर दुडक्या पायावर उभं राहून कॉमेंट्री ऐकण्यात मी उभी हयात घालवली होती. पाय पसरून आरामखुर्चीत लोळत पडून रेडिओवर कॉमेंट्रा ऐकली, चहाचे घुटके घेता-घेता 'अँड दि बॉल गोज ऑल दि वे फॉर रन्स'सारखी स्फुरणदायी वाक्यं ऐकण्यातली खुमारी-! ते काही नाही; रेडिओ घेतलाच पाहिजे! दिवाळीच्या सुमुहूर्तावर घरात रेडिओ आलाच पाहिजे. या वर्षीच्या टेस्ट मॅचेस ऑफिसला दांड्या मारून घरी बसून ऐकायच्या! बस्स—ठरलं म्हणजे ठरलं-

मी ताड्कन् उठून बाजारात गेलो. साधारण ओळखीच्या एका दुकानदारानं दिवाळीसाठी 'हप्त्यावर रेडिओ देण्याची' जाहिरात केली होती. नुकताच पगार हातात आला होता. पहिला हप्ता त्याच्या स्वाधीन केला. टॅक्सीतून रेडिओ घरी घेऊन आलो. मग तो पाहून सुलभानं जो कथकली डान्स केला,

त्याला भारतीय इतिहासात खरोखर तोड नसेल!

सोसायटीच्या लोनचा हप्ता भरण्यासाठी मी मुदत मागून घेतली. भाडे काय, महिन्याचं तुंबलंय; तिथं दोन महिन्याचं! एकदा दिवाळी झाली म्हणजे—

शेवटी एकदाची 'ती' दिवाळी आली. सासरेबुवांनी रीतसर दिवाळसणाला बोलावून घेतलं. मी आणि सुलभा माझ्या सासरी गेलो.

दिवाळी मजेत पार पडली. भविष्यकाळाकडे नजर ठेवून मी मेहुण्याला दहा रुपयांचे फटाके आणून दिले. सर्व मंडळींना सिनेमाला घेऊन गेलो आणि चक्क बाल्कनीची तिकिटं काढली. आता आवळा देऊन झाला होता; कोहळ्याची वाट पाहत होतो.

एकदाचा तो कोहळा हातात आला. एके दिवशी भल्या सकाळी सासरेबुवांनी माझ्या हातात एक भलं मोठं पुडकं दिलं. मी ते उघडून पाहिलं— त्यात एक रेडिमेड टेरिलिन शर्ट, दोन टाय व एक 'उलन पीस' होता.

"हे काय? हे आणिक कशाला?" मी संकोचून विचारलं.

"हो ना? अहो, ही दिवाळसणाची भेट. हल्ली सोन्यावर बंदी आहे. तेव्हा म्हटलं, चांगल्यापैकी कापडचोपड घेऊन यावं–"

मी चांगला हबकलो. म्हणजे, कानविंदे एवढ्यावरच आमची बोळवण करणार की काय? पण धीर न सोडता मी म्हणालो, "ते बरं केलंत; पण आता कपाट आणलं पाहिजे चांगलं स्टीलचं. चांगले कपडे ठेवायचे म्हणजे सगळं कसं व्यवस्थित हवं—नाही का?"

"पण आणलंय म्हणे सगळं काही... रेडिओसुद्धा घेतला म्हणे! सुलभा सांगत होती. छान केलंत बरं जावईबापू–"

"पण तुम्ही-तुम्ही..."

"हो ना! माझ्याही मनात होतं आपण मदत करावी—एखादं टेबल किंवा दोन-चार खुर्च्या द्याव्यात; पण तुम्हाला माहीतच आहे— वामनचं शिक्षण आहे, उषाचं लग्न आहे. खर्च थोडा आहे का घरात? सुलभा एकटी मुलगी असती, तर तुम्हाला फक्कड फ्रीज घेऊन दिला असता. आहात

कुठं!''

पण मी केव्हाच फ्रीजमध्ये गोठून गेल्यासारखा झालो होतो! माझ्या अंगातले त्राण नाहीसे झाले होते. पाच रुपये शिल्लक असलेलं बँक-बुक, हप्त्यासाठी अडून बसलेला रेडिओ-डीलर, ऑफिसच्या सोसायटीचे रिमाइंडर्स आणि भाड्यासाठी तगादा लावणारा घरमालक— या विविध गोष्टी नाचू लागल्या आणि त्या तिरमिरीत मी सासुरवाडी सोडून केव्हा घरी परतलो, हे माझं मलाच समजलं नाही.

अद्यापि मी कर्जात आकंठ बुडालो आहे. घर भरलेलं आहे, पण मी भरल्या घरी बेचैन आहे. घरात सुबत्ता आहे, पण मी अस्वस्थ आहे! मला रेडिओ व ती कॉमेंट्री ऐकवत नाही, सोफ्यावर बसवत नाही. एवढेच नव्हे, तर सासऱ्यांनी प्रेमानं दिलेल्या उलन कापडाची पँट शिवून घेणं मला अजून जमलेलं नाही. कारण त्याची महागडी शिलाई मला माझ्या खिशातून भरायची आहे!

□□□